ஆரிய உதடும் உனது
திராவிட உதடும் உனது

ஸ்டாலின் ராஜாங்கம்

நீலம்

நீலம்

ஆரிய உதடும் உனது திராவிட உதடும் உனது (கட்டுரை)

ஆசிரியர் : ஸ்டாலின் ராஜாங்கம்
முதல் பதிப்பு : தென்திசை
நீலம் முதற்பதிப்பு : டிசம்பர் - 2023

நீலம் பப்ளிகேஷன்ஸ்
முதல் தளம், திரு காம்ப்ளக்ஸ்,
மிடில்டன் தெரு, எழும்பூர், சென்னை - 600008.

அட்டை வடிவமைப்பு : Blu foxy media
நூல் வடிவமைப்பு : நெகிழன்

விலை ரூ.150

AARIYA UTHADUM UNATHU
THIRAAVIDA UTHADUM UNATHU (NON-FICTION)

Author : Stalin Rajangam © Stalin Rajangam
First Edition : Thenthisai
Neelam First Edition : December - 2023

Published by : NEELAM PUBLICATIONS,
1st floor, Thiru Complex, Middleton street,
Egmore, Chennai - 600008.

Email : editor@neelampublications.com
Mobile : +91 98945 25815

INR : 150
ISBN : 978-93-94591-84-4

Neelam Monthly Magazine & Subscription - www.theneelam.com
Neelam Online Store - www.neelambooks.com

முதற்பதிப்பின் முன்னுரை

வாழ்நிலைக்கு நேர் எதிராக

"*சந்*திரரே சூரியரே நட்சத்திர நாயகனே..." என்று தொடங்கும் கார்த்திக் நடித்த அமரன் திரைப்படப் பாடலை தமிழகத்தின் வடமாவட்டத்தைச் சேர்ந்த நான் ஒரு திரைப்படப் பாடலாக அறிவேன். மதுரையில் கல்லூரிப் பயின்றபோது தேவர் ஜெயந்தி விழாவில் மீண்டும் மீண்டும் இப்பாடலை ஒலிபரப்பியபோது பகுதிகளுக்கேற்ப வெவ்வேறு அர்த்தங்களில் ஒரே பாடல் கையாளப்படுவதைப் புரிந்துகொள்ள முடிந்தது. முக்குலத்தோர் சமூகத்தின் ஒரு பிரிவான மறவர் சாதியைச் சேர்ந்த நடிகர் கார்த்திக்கின் படப்பாடல் என்பதும், அப்பாடலில் இடம்பெறும் மறவர் குல மாணிக்கமே என்னும் வரிதான் இவ்வாறு ஒலிபரப்பக் காரணம். திரைப்படப் பாடலையும் இவ்வகையில் பயன்படுத்த முடியும் என்பதோடு இதுபோன்ற அடையாளங்களையெல்லாம் திட்டமிட்டு உள்ளடக்கிதான் பாடல்களும் படங்களும் உருவாக்கப்படுகின்றன என்பதையும் அறிய முடிந்தது. அதே போல சாதிவாரியாக நடிகர்களுக்கு ரசிகர் மன்றங்களும் உருவாகியிருந்தன. இந்நிலையில் சமூக மனிதனின் சாதிய மனநிலைக்கும் சினிமாவுக்கும் உள்ள தொடர்பு என்ன எனும் கேள்வியிலிருந்தே இக்கட்டுரைகள் பிறந்தன. சினிமா, பிரதிக்கு உள்ளேயும் வெளியேயும் சாதிய மன அமைப்பை எவ்வாறு வடிவமைக்கின்றன என்று அறிவது முக்கியம். அதனால்தான் சினிமா விமர்சனம் மட்டுமல்லாது திரைப்பட சுவரொட்டி, சுவரெழுத்து, ஆவணப்படங்கள், செய்தித்தாள்களின் செய்திகள், ரசிக மனோபாவம் ஆகியவற்றைப் பற்றியும் இந்நூல் விவாதிக்கிறது.

மக்களின் வாழ் நிலையைப் பிரதிபலிப்பதற்கு நேர் எதிராகத் திரைப் படம் இயங்கிக்கொண்டிருக்கிறது. ஆனால், மக்கள் அத்திரைப்படக் கலையினால்தான் அதிகம் கவரப்பட்டுள்ளனர். நம் சமூகத்தின் சூழலைத் தீர்மானிப்பதாகச் சினிமாவும், சூழலின் பொம்மைகளாக மக்களும் உள்ளனர்.

சினிமா மாயையிலிருந்து தோன்றிய அரசியல் கட்சிகளை வீழ்த்த வேறொரு சினிமா வழிப்பட்ட தலைமையையே முன்மொழிகின்றன. சினிமாவை நம்பி வாழும் ஊடகங்கள், சினிமாவிலிருந்து அரசியலுக்குத் தாவினால் எளிதாக வெற்றி பெறலாம் என்பது மட்டுமல்ல, அரசியலில் பல காலம் ஈடுபட்டவர்களும் வெற்றியடைய சினிமாவைப் பயன்படுத்தும் நோக்கம் பிறந்துள்ளது. இரண்டிலுமே மையம் சினிமாதான். சினிமாவிலிருந்து வெளிவர இயலாத மக்களின் மனநிலையைப் பயன்படுத்திக்கொண்டு கேடுகளைக் கேளிக்கையாக்கித் தருகிறது சினிமா. சினிமாவையும், நடிகனையும் நோக்கித் திரளும் மக்களின் மனநிலை எதுவென்பதை விடுத்து, சினிமாவையும் நடிகனையும் வசைபாடிக்கொண்டிருக்கிறார்கள் பலரும். சினிமாவின் அரசியலைப் புரிந்துகொள்வதே அதிலிருந்து விடுபடுவதற்கான தொடக்க வழி. சிற்றிதழ்களும், சிற்சில அறிவுஜீவிகளும் தவிர அதற்கான முயற்சிகளில் யாரும் ஈடுபடுவதில்லை. எந்தவோர் அரசியல் இயக்கத்திற்கும் சினிமாவை குறித்த ஆக்கப்பூர்வமான பார்வை கிடையாது. அதேபோல, திரைப்பிரதியை அணுகுவதற்கான எத்தகைய அணுகுமுறைகளும் வியக்க வைக்கும் தொழில்நுட்பங்களும், சினிமா கோட்பாடுகளும், உருவாகியும் சினிமாவின் உள்ளீடாகப் பழமையான மதிப்பீடுகளே தேங்கி நாற்றமெடுத்துக் கிடக்கின்றன. அரசியலில் ஆளுமைபுரியும் ஆதிக்கச் சாதிப் பெரும்பான்மைவாதம் ஊடகங்களிலும் ஆளுமை புரிகிறது. இதனைச் சமூகநீதி போன்ற சொல்லாடல்களால் நாம் நியாயப்படுத்திக்கொண்டிருப்பது தான் கவலைக்குரியது.

இந்நூலில் மூன்று கட்டுரைகள் தவிர மற்றவை இதழ்களில் வெளியானவையாகும். வெவ்வேறு காலங்களில் எழுதப்பட்டதாகையால் கூறியது கூறல் இடம்பெற்றிருப்பதைத் தவிர்க்க முடியவில்லை. சில கட்டுரைகளின் தலைப்புகளிலும், வாக்கிய அமைப்புகளிலும் திருத்தங்கள் செய்யப்பட்டுள்ளன. சில கட்டுரைகளின் கருத்துகளில் இப்பொழுது எனக்கே முரண்பாடு தெரிகிறது. ஒட்டுமொத்தமாக முரண்படும் சில கட்டுரைகளைச் சேர்க்காமல் வெளியானபோது வாசித்துக் கருத்துச் சொன்ன நண்பர்கள், அச்சகத்தார், ஓவியர் மாரீஸ், மற்றும் நண்பர் அ.முத்துக்கிருஷ்ணன், பேரா.பி.பாலசுப்பிரமணியம், பூர்ணிமா, நூலாக வெளியிடும் தென்திசை பதிப்பகம் யாவருக்கும் என் நன்றி!

இரண்டாம் பதிப்பின் முன்னுரை

2007ஆம் ஆண்டின் இறுதிவரை நான் எழுதிய திரைப்பட விமர்சன கட்டுரைகள் தொகுக்கப்பட்டு 'ஆரிய உதடும் உனது, திராவிட உதடும் உனது' என்னும் தலைப்பிலான நூலாக 2008ஆம் ஆண்டு ஜனவரியில் வெளியானது. திரைப்படம் பற்றிய என்னுடைய முதல் நூல் இது. பரவலாக வாசிக்கப்பட்ட இந்நூல் பற்றி நூலை வெளியிட்ட தென்திசை பதிப்பகத்திடமிருந்து எந்தத் தகவலையும் பெற முடியவில்லை, சில நாட்களில் பதிப்பகமும் காணாமல் போய்விட்டது. இப்போதும் என்னைச் சந்திக்க நேரும் நண்பர்கள் இந்நூல் மூலமே என்னை அறிந்ததாகக் கூறுவதுண்டு. திரைப்படம் பற்றிய என்னுடைய மற்ற விமர்சனங்களைப் படித்தவர்கள் முதல் நூல் பற்றிக் கேட்பதுண்டு. என்னுடைய திரைப்பட விமர்சனங்கள் சினிமாவை தனித்த கலையாகக் கருதி ஆராய்பவை அல்ல. நான் அக்கறை செலுத்திவருகிற சமூக அரசியல் பண்பாட்டு வரலாற்றின் பகுதி தாம் அவை. அதன்படி, இந்நூலில் சமூக அரசியல் பண்பாட்டு வரலாற்றை விட விமர்சனமே தூக்கலாக இருக்கும். அடிப்படையில் நான் விமர்சகன். பின்னால் வரலாறு குறித்து அதிகம் எழுதுபவனாக மாறிவிட்டாலும் நிலவும் சமூக அமைப்பு மீதான விமர்சனம்தான் என் எழுத்தின் அடிப்படை. அதேவேளையில், என்னுடைய சமூக அரசியல் பண்பாட்டு விமர்சனங்களை விட திரைப்பட விமர்சனங்களைப் படித்தவர்களே அதிகம். திரைப்படம் மீதான ஈர்ப்பு அது பற்றிய எழுத்திற்கும் கிடைக்கிறது.

இவ்வேளையில் இந்நூல் தலைப்பு பற்றி முதல் பதிப்பில் சொல்லாமல் விட்டதைச் சொல்ல விரும்புகிறேன். 'செல்லமே' (2004) என்ற படத்திற்காக ஹாரிஸ் ஜெயராஜ் இசையில் "ஆரிய உதடுகள் உன்னது, திராவிட உதடுகள் என்னது, ஆரியம் திராவிடம் இரண்டும் கலக்கட்டுமே" என்ற பாடலை வைரமுத்து எழுதியிருந்தார். இது பாடல் வரிகள் மட்டுமல்ல. தமிழ்நாட்டின் செல்வாக்கு பெற்ற அரசியல் சொல்லாடலும் கூட. அந்த வகையில் காதல் தொடர்பான இப்பாடலுக்கு ஓர் அரசியல் நிலைப்பாடு வந்துவிடுகிறது.

ஆனால், தலித் அரசியல் நோக்கு இந்நிலைப்பாட்டை அப்படியே ஏற்றுக் கொள்ளாது. இதனை விமர்சன பூர்வமாகவே அணுகும். ஒன்றையொன்று எதிரியாகக் காட்டிக்கொள்ளும் இவ்விரண்டு நிலைப்பாட்டினாலும் தலித்துகளுக்குப் பிரச்சினைகள் இருக்கின்றன.

அவ்விடத்தில்தான் ஆரியம், திராவிடம் என்கிற இரட்டை எதிர்மறையிலிருந்து விலகி மூன்றாவதான மாற்று நிலைப்பாட்டிலிருந்து எல்லாவற்றையும் பார்க்க விரும்புகிறது. இந்நூலின் விமர்சனங்கள் அத்தகையவே. அதனை சொல்வதற்காகவே அப்பாடல் வரிகளை மாற்றி இந்நூலின் விமர்சன நிலைப்பாட்டிற்கேற்ப தலைப்பிட்டேன். அதன்படி அப்பாடல் வரிகளைப்போல இந்தத் தலைப்பும் ஓர் அரசியல் நிலைப்பாட்டை அறிவித்துக்கொள்கிறது எனலாம். இந்நூலின் முதல் பதிப்பு வெளியாகி பதினைந்து ஆண்டுகளாகியும் இந்நிலைப்பாட்டில் எந்த மாறுதலும் வரவில்லை. மாறாக அப்பார்வை வலுப்பெற்று இருக்கிறது.

இந்நூலுக்குப் பிறகு திரைப்படம் தொடர்பான மூன்று நூல்கள் வெளியாகிவிட்டன. இந்நிலையில் இந்நூல் நீலம் பதிப்பகம் மூலம் இரண்டாம் பதிப்பு காண்கிறது. முதல் பதிப்பிலிருந்து எந்த மாறுதலும் செய்யப்படவில்லை. இந்நூலிலுள்ள கருத்துகளின் தொடர்ச்சியும் மாற்றமும் இன்றைக்கு என்னிடமிருக்கின்றன. அதனை வாசிப்பவர்களின் மதிப்பீட்டுக்கே விட்டுவிடுகிறேன். சினிமா அரசியலை தீர்மானிக்கிறது என்கிற ஆவேசம் முந்தைய புரிதலாக இருந்தது. ஆனால், அது அரசியலாக மட்டுமல்லாமல் அன்றாடத்தையே தீர்மானிப்பதாக இருக்கிறது என்கிற புரிதலுக்கு இன்றைக்கு வந்தடைந்திருக்கிறேன். எங்கு சென்றாலும் முதல் புரிதலை தொடக்கி வைத்தது இந்நூல்தான். இரண்டாம் பதிப்பு வெளியிடும் நீலம் பதிப்பகத்தாருக்கு நன்றி.

இங்ஙனம்

ஸ்டாலின் ராஜாங்கம்

பொருளடக்கம்

ஆரிய உதடும் உனது திராவிட உதடும் உனது	9
தமிழ் சினிமாவின் தீண்டப்படாதோர்: தேசியமும் வட்டாரமும்	23
ஆண்களின் சினிமா சில குறிப்புகள்	39
கறை படிந்த நீதி	50
தமிழ் சினிமாவும் தீவிரவாத பிம்பங்களும்...	60
திரைக்குப் பின்னால்... சண்டியர் முதல் விருமாண்டி வரை	65
அரிவாள் : வீரலட்சுமியும் சண்டியரும்	76
பாசிசம்: வெகுசன மனதில் உருவாகும் சூழல்	81
விவேக்: நகைச்சுவையும் நயவஞ்சகமும்	85
தீக்கொழுந்து விவரணப்பட விமர்சனம்	90
கண்காணிக்கும் கண்: தேர்தலில் தலித் மக்கள்	94
வித்தியாசமான ஒப்பனைகள்	105
வன்முறை எனும் உணவு	109
பத்திரக்கோட்டை: சொன்ன பொய்யும், சொல்லாத மெய்யும்	113

ஆரிய உதடும் உனது திராவிட உதடும் உனது
(ஊடகப்பரப்பில் வெளிப்படும் சாதியம்)

முதலீடுகளால் உருவாக்கப்பட்டு அம்முதலீட்டை மறு உருவாக்கம் செய்யவே ஊடகக் காட்சிகள் உருவாக்கப்படுகின்றன. எதை எடுத்தாலும் அதில் சாதியம் இருக்கிறதா? என்று அணுகுவது பலருக்குப் புளித்துப் போனவையாக இருக்கலாம். ஆனால், சமூகத்தின் எல்லாத் தளங்களிலும் சாதியம் வேரோடி மனித வேறுபாடுகளை நிலைப்படுத்திவிட்ட இச்சமூகத்தில் மாற்று ஊடக முயற்சி உருவாக வேண்டுமானால் நிச்சயமாகச் சாதியமைப்புப் பற்றிய விமர்சனத்தை ஆக்கப் பூர்வமாக வைக்காமல் ஊடகப் பதிவை மட்டுமல்லாமல் எதையும் உருவாக்க முடியாது. அதனை தவிர்த்து உருவாக்கும் எதுவும் முழுமையானதாய் இராது. சமூகத்தில் பொதுவான அமைப்பு உருவாகாமல் போனமைக்கும், ஏற்பட்டுள்ள சீர்கேட்டிற்கும், எட்டப்படாத முன்னேற்றத்திற்கும் சாதியே காரணம். சமூகத்தின் பொதுப்புத்தியாகச் சாதியே இருக்கும் நிலையில் அதனை குலைக்கும் நடவடிக்கைகளே இங்கே வேண்டும். ஆனால், இங்கு எல்லா ஊடக நடவடிக்கைகளும் பொதுப்புத்திக்கு எவ்வித தொல்லையும் தராமல் உருவாகின்றன என்றால் அவைகள், சாதியமைப்புக்குச் சாதகமானவை என்று கருதுவதில் தவறேது.

சாதியின் பெயரால் ஒடுக்கப்பட்டுள்ள மக்களை இன்றைய ஊடகங்கள் எவ்வாறு அணுகுகிறது என்பதைத் தலித் எனும் அடையாளம் பொதுத் தளத்தில் பரவலாகத் தாக்கத்தை ஏற்படுத்தியுள்ள இக்கால கட்டத்தில் பேசிப்பார்ப்பது இக்கட்டுரையின் நோக்கம். அச்சு மற்றும் காட்சி ஊடகங்களை ஆதாரமாகக் கொண்டு இக்கட்டுரை முன் நகருகிறது.

இந்தியாவில் 18 கோடி பேர்களை வாசகர்களாகக் கொண்டு இயங்கும் ஊடகங்கள் அந்நிய முதலீடுகளால் ஈர்க்கத்தக்க விதத்தில் வளர்ந்துள்ளன. சம்பந்தப்பட்டவர்களின் அனுமதியில்லாமலேயே அந்தரங்கம் வரைக்கும் ஊடுருவி எல்லாவற்றையும் ஒளிப்படக் கருவியின் கண்காணிப்பிற்கு உள்ளாக்கியிருக்கும் காலம் இது. சமூக மனிதனின் அசைவுகள் அனைத்தும் பண்டமாக்கப்பட்டு வருகின்றன. வாசகர்கள் / பார்வையாளர்கள் எதனைப் பார்க்க வேண்டும்? எவ்வாறு புரிந்துகொள்ள வேண்டும்? எனும் சட்டகங்களை ஊடகங்களே தீர்மானித்து வருகிற நிலையில், சமூகக் கேடுகள் யாவற்றையும் வெளிக் கொணர அதேயளவுக்கான அக்கறையை இவ்வூடகங்கள் செலுத்துகின்றனவா? எனும் கேள்வி எழுப்ப வேண்டியது அவசியம்.

நமது சமகாலச் சூழலில், “இதழியல் என்பது இங்கு நம்முடைய அறிதல் சூழலை வடிவமைத்துப் புறவுலகை எப்படிப் பார்க்க வேண்டும், எதைப் பற்றிச் சிந்திக்க வேண்டும், கவலை கொள்ள வேண்டும் என்று நிர்ணயிக்கின்றன” (சிவக்குமார் - தமிழினி 2000). இங்கு மக்கள் தொகையில் கால் பங்கினராக (22 சதவீதம்) உள்ள தலித் மக்களின் பிரச்சினைகளுக்குச் செய்தி மதிப்புத் தரப்படுகிறதா? ஒரு தலித்தல்லாத பார்வையாளனின் உள்ளுணர்வைக் கேள்விக்குள்ளாக்கும் விதமாக தலித் பிரச்சினைகள் நிறுத்தப்பட்டிருக்கிறதா? சுமார் 150 ஆண்டுகளில் தமிழ் இதழியல் வரலாற்றில் சாதியம் ஒரு பிரச்சினையாகக் கூட வேண்டாம், செய்தி எனும் அளவிலாவது பேசப்பட்டிருக்கிறதா? என்று கேள்விகள் எழுப்பினால் அவை கேள்விகளாகவே நீடிக்கின்றன.

அயோத்திதாசர் நடத்திய தமிழன் இதழில் சுதேசமித்திரன் போன்ற தேசிய வாத இதழ்களுக்குத் தொடர்ந்து மறுப்பு எழுதியதிலிருந்தே, அவைகளில் தலித்துகள் பற்றிய இழிவான பதிவுகளை அறிய முடிகிறது. காந்தியாருக்கும், காங்கிரஸுக்கும் அம்பேத்கர் உருவாக்கிய நெருக்கடியே தலித்துகளை ஹரிஜன் என்று பெயரிட்டதோடு அப்பெயரிலேயே இதழையும் நடத்த வைத்தது. தலித்துகளின் தனித்துவத்தை அங்கீகரிப்பதற்கு

மாறாக பிராமணர் அல்லாதார் எண்ணிக்கைப் பெரும்பான்மையாக, திராவிட இயக்கங்களும் அவர்களை நெருங்கியது. அரசியல் ரீதியாகவும் அதற்கு அப்பாலும் ஊடகங்களில் தொடர்ச்சியாக தலித் பிரச்சினை அதற்கேயுரிய தனித்தன்மையோடு அணுகப்படாமல், தலித் அரசியல் பிரச்சினையாக மாறியது முதலே, அவரவர் நிரூபித்தல் வாதங்களுக்குப் பேசு பொருளாகியிருக்கின்றன.

இன்றைய உலகமயமாக்கல் சூழல் செய்திகளைப் பரவலாக்குவதோடு உடனுக்குடன் அளிக்கும் நிலையையும் உருவாக்கியிருக்கிறது. இந்த வசதி தமிழகத்தின் தினசரிகளில் எவ்வாறு பின்பற்றப்படுகிறது என்பதைக் காண்பது அவசியம். பிராமணரல்லாத சாதியினர் நிறுவனர்களாக இருந்து நடத்தும் தினசரிகளில் தலித்துகளுக்கு வேலைவாய்ப்பிலோ, தலித் பிரச்சினைகளுக்குச் செய்தி மதிப்போ அதன் முக்கியத்துவத்துடன் இடமளிப்பது இல்லை. வட்டாரச் செய்திகளைத் தவிர்க்க இயலாமல் பதிவு செய்யும் போது அவைகள் சாதி சார்ந்த மோதலாக இருக்கும் பட்சத்தில் சமூக அமைதிக்காக இரு தரப்பினர் என்று எழுதுகின்றன. அண்மையில் சாதிச் சங்கம் கட்டும் ஐ.ஏ.எஸ். அதிகாரி என்று திரு.கிறிஸ்துதாஸ் காந்தியைப் பற்றி அவதூறை தினமலர் இதழ் எழுதிய போது, தினகரன் இதழோ ஆளுங்கட்சிக்கு எதிரான செய்தியாக அதனைக் கருதி ஆதரித்து எழுதியது. இவ்வாறு இன்றும் இப்பிரச்சினைகளைப் பயன்படுத்தும் நோக்கிலேயே இவைகள் அணுகுகின்றனவே தவிர 'இதழியல்' அறத்தினால் அல்ல. தமிழ்த் தாள்களைக் காட்டிலும் ஆங்கிலத் தாள்கள் தலித் பிரச்சினைகளுக்கு இடமளிக்கின்றன என்றாலும், வட்டார அளவிலான தாக்கத்தை ஏற்படுத்த மொழி ஒரு தடையாயிருக்கும் என்பதைச் சொல்லத் தேவையில்லை.

'இதழ்கள் வாழும் வெளி குறித்த அறிதலுக்காக' என்பது நம்மில் பதிய வைக்கப்பட்டிருக்கும் நம்பிக்கை. ஆனால், அதன் தேர்வில் அதற்கேயான அரசியல் முடிவுகள் செயற்படுகின்றன. அப்படித் தேர்வு செய்யும் செய்திகளில் சாதிய வன்முறைகளுக்கு ஒரு சதவீதம் இடமாவது அளிக்கப்படுவது உண்டா? என்றால் இல்லை. ஆனால், சமூகத்திலோ கடந்தகாலங்களைக் காட்டிலும் கொடூரமிகுந்த சாதிய வன்முறைகள் வெளிப்பட்டுக் கொண்டேயிருக்கின்றன. இச்சூழலில் இதழ்களில் வருவது மட்டுமே செய்திகளாகவும் அவைகளே சமூகத்தில் நடப்பு என்பதாகவும், வாசகர்களுக்கு அர்த்தம் உருவாகிறது. அதன் மூலம் நாடு சனநாயகமாகவே உள்ளது எனும் பிரச்சாரத்தை எளிமையாகச் சொல்லிக் கொள்ள முடியும்.

தினசரிகளில் தலித் பிரச்சினைகள் பதிவு செய்யப்படுவதற்கும் புலனாய்வு இதழ்களில் பதிவு செய்யப்படுவதற்கும் வேறுபாடு இருக்கிறது. வாரமாகவும், வாரம் இருமுறையாகவும், வெளியாகும் புலனாய்வு இதழ்கள் சந்தைக்கான போட்டியின் காரணமாகப் புதிய செய்திகளைத் தர வேண்டிய அவசியத்தையும், விரைவாகச் செய்திகளைத் திரட்டும் நெருக்கடியையும் வெற்றிருக்கின்றன. இச்சூழலில் அவைகள் தமிழின் எல்லா வாசகர்களையும் படி நிலையாகக் கணக்கில் கொள்ளத் தவறுவதில்லை. அதனடிப்படையில் தலித் அரசியல் அமைப்புகளில் குறிப்பிட்ட அளவு திரண்டிருக்கும் படித்த மக்களை ஈர்த்துக் கொள்ளும் செய்திகளை வெளியிடுகின்றன. இவ்விதழ்கள் இன்றைக்கு மூன்று மாதங்களுக்கு ஒருமுறை தலித் தலைவர்களின் படங்கள் செய்திகள் / நேர்காணல்கள் இப்படி ஏதாவது ஒன்றையாவது வெளியிடுகின்றன.

இந்தியா டுடே இதழில் திருமாவளவன் எழுதிய 'பத்தி' வெளியான போது அதன் விற்பனை கூடியதை இவ்விதழ்கள் கவனத்தில் கொண்டிருக்கின்றன. தலித் அமைப்புகள் உருவாகத் தொடங்கியபோது இந்த இதழ்களின் ஆதரவு எவையும் இருந்திருக்கவில்லை. மாறாக அவைகளுக்கு எதிராகவே செய்திகள் வெளியிட்டன. இன்றைக்கு அவ்வமைப்புகளே தன்னெழுச்சியாக உருவாக்கியுள்ள மக்கள் திரட்சியைப் பயன்படுத்த முனைகின்றன. இருந்துங்கூட தலித் அமைப்புகள் எடுக்கும் அரசியல் ரீதியான போராட்டங்களுக்கு அவைகள் இடமளிப்பதில்லை. குறிப்பாக, திருமாவளவனின் தலித் பிரச்சினை சார்ந்த போராட்டங்களுக்கு அளிக்கப்படாத இடம் குஷ்பூவுக்கு எதிரான அவர் சார்ந்த தமிழ்ப் பாதுகாப்பு இயக்கத்தின் போராட்டத்திற்கு அளிக்கப்பட்டது. சன் தொலைக்காட்சியில், தமிழ் நாளேடுகளில் அவர், இயக்கத்தின் போராட்டங்கள், கொடிகள், நாள் தோறும் வெளியாயின. இதில் கருத்துரிமையை மட்டும் அணுகிய விமர்சனங்களால் இந்த விவாதங்களைக் கடந்து, அவ்வியக்கத் தொண்டர்கள் தாம் அங்கீகரிக்கப்படுவதைக் கண்டு மகிழ்வடைகிறார்கள் என்னும் உளவியலைப் புரிந்து கொள்ள முடியவில்லை. இதன் அர்த்தம் பெண்ணுடலை மையமாக வைத்துதான் இந்த அமைப்புகள் அங்கீகாரம் பெற வேண்டும் என்பது அல்ல. இப்பிரச்சினையின் போது வெளிப்பட்ட குரல்கள், போராட்டங்கள் ஊடகங்களின் பதிவுகள் என்பவைகளை இப்பிரச்சினையோடு மட்டும் அணுகமுடியாது. அது சமூகத்தின் புரையோடிப் போன பிற அம்சங்களோடும் தொடர்புடையனவாகவே இருக்கின்றன.

சிறுபத்திரிகைத் தளத்தைப் பொறுத்த மட்டில் மாற்றம் நிகழ்ந்துள்ளது. இம் மாற்றம் கடந்த 15 ஆண்டு கால தலித் கருத்தியலின் தாக்கத்தினாலும் விவாதங்களுக்குத் தரப்பட்ட எதிர்வினைகளாலும் தான் சாத்தியமாகியுள்ளது. தலித்துகளும் பரவலாக ஒப்பிட இயலாத நேர்த்தியோடு இதழ்களை நடத்தி வருகின்றனர். பல்வேறு பதிப்பகங்கள் தலித் நூல்களைத் தயங்காமல் வெளியிடும் வண்ணம் வியாபார வாய்ப்புகள் பெருகியுள்ளன.

எனினும் இத்தளத்திலும் பிரச்சினைகள் இல்லாமல் இல்லை. திராவிட இயக்க அரசியல் சார்பு கொண்ட பிராமணரல்லாதோர் தொடங்கியிருக்கும் சிற்றிதழ்களில் பிராமணரல்லாத அரசியலை ஏற்றுக்கொண்ட தலித் கருத்துகளே பிரசுரம் ஆகும் வாய்ப்பைப் பெற்றுள்ளன. தனித்துவத்தை நிறுவும் தலித் எழுத்துகள் எழுப்பும் கேள்விகளை இவைகள் வெளியிடாமல் இருப்பதோடு மறைக்கவும் செய்கின்றன. சனநாயக முறையிலான விவாதங்களுக்குக் கூட இவைகள் தயாரில்லாமல் உள்ளீடாக வணிகப் பத்திரிகைகளின் சாதியச் சாயலைப் பாதுகாத்து வருகின்றன. அதே வேளையில் தலித் எனும் பெயரைக் கூட உச்சரிக்க விரும்பாத இதழ்களும், சிற்றிதழ்காரர்களும் இருப்பதானது சாதியச் சிக்கல்களின் வலிமையை எடுத்துக் காட்டுகிறது. மறுபுறமாகத் தலித் பிரச்சினைகளை மேலை நாட்டு வாசகர்களுக்கான வியப்பான / வேடிக்கையான மனிதர்களைக் காட்டுவதைப் போல பண்டமாக்கும். வெளியீட்டகங்கள் பற்றிய விவாதங்களோடு அணுக வேண்டிய பிரச்சினை இது.

◎

வணிக விதிமுறைகளைப் புறந்தள்ளி உண்மையான சம்பவங்களைக் காட்சிரீதியாக ஆவணப்படுத்தும் முயற்சி எனும் வகையில் ஆவணப்படங்களை மாற்றுத் திரைப்பட முயற்சி என்று சொல்கிறார்கள். சம காலங்களில் ஆவணப்படங்கள் நிறைய உருவாக்கப்பட்டு வருவதோடு அவைகள் சர்வதேச திரைப்பட அரங்குகளுக்கும் அனுப்பப்பட்டு வருகின்றன. இப்படங்கள் பற்றிய ஆய்வு விரிவாகச் செய்ய வேண்டிய ஒன்று. பல்வேறு சமூகப் பிரச்சினைகளைப் படமாக்கும் விதத்தில் தலித் பிரச்சினைகளும் படமாக்கப்பட்டிருக்கின்றன. இப்படங்களுக்குப் புனைவு படங்களைப் போலல்லாமல் உண்மையோடும், அசலான வாழ்க்கையோடும் நேரடித் தொடர்புடையவை எனும் அடையாளமுண்டு. தமிழில் ‘நதியின் மரணம்’, ‘தீவிரவாதிகள்’, ‘பீ’, ‘அண்டச்சபிள் கண்ட்ரி’, ‘மாத்தம்மா’, ‘பறை’, ‘மேலவளவு’ போன்ற படங்கள் உடனே நினைவுக்கு வருபவை.

ஆவணப்படங்களை அசலான பதிவுகளாகப் பார்க்கும் அதே வேளையில் தேர்ந்தெடுக்கப்படும் உண்மைகளாகவே அப்பதிவுகள் இருப்பதை யாரும் மறுக்க முடியாது. படஇயக்குநர் தனக்கு அளிக்கப்பட்ட வரம்புக்கேற்பவே தொகுத்து அப்படத்தைக் கொணர்கிறார். தலித் பிரச்சினைகளின் அம்சங்களை வெளிக்கொணர்ந்த விதத்திலும், சர்வதேச கவனத்திற்குப் பிரச்சாரமாகக் கொண்டு சென்ற விதத்திலும் இவைகளின் பங்கை முக்கியமாகக் கருத வேண்டும். குறிப்பாக 'டர்பன்' மாநாட்டில் 'Untouchable Country' போன்ற படங்கள் ஆற்றிய பங்கு முக்கியமானது.

குறிப்பிட்ட தலித் பிரச்சினையொன்றின் முழுமையான அம்சங்களைச் சுட்டுவதாக அல்லாமல் 'தனித்த பிரச்சினையாக' அவைகளை நிறுத்துவதும், இயக்கங்களையோ, மக்களின் தன்னெழுச்சியான போராட்டங்களையோ, முன்னிறுத்தாமல் குறிப்பிட்ட நிறுவனங்களின் (தன்னார்வத் தொண்டு நிறுவனங்கள்) நடவடிக்கையோடு மட்டும் இப்படங்கள் நிறுத்திக் கொள்கின்றன. இலக்கியத் தளத்தில் ஆனந்த் டெல்டும்டே, ரவிக்குமார் போன்றோர் தலித்துக்களின் அவலங்கள் பண்டமாக்கப்படுவதாக வைக்கும் விமர்சனங்களை இங்குப் பொருத்திப் பார்க்கலாம்.

அ) சிறுதொண்ட மாதேவியில் பாலியல் வன்முறைக்கு உள்ளான தலித் பெண்கள் பிரச்சினை திருமாவளவன் உள்ளிட்ட தலைவர்களும் பிற இயக்கங்களும் தலையிட்டதின் மூலம் ஊடகக் கவனம் பெற்றது. ஆனால், இப்பிரச்சினையை மையப்படுத்திய 'பறை' என்ற ஆவணப்படம் மேற்கண்டவர்களை அணுகாமல் நிதி அளித்தவர்களிடமும், தொடர்பற்ற அறிவு ஜீவிகளிடமும் கருத்தினைப் பதிவு செய்து வெளியிட்டது.

ஆ) தலித்துகளின் பிரச்சினைகளைப் பண்டங்களாக மாற்றி தங்களை அதன் மூலம் நிறுவிக் கொள்வது மறுபுறமாக நடக்கிறது. எடுத்துக்காட்டாக, மாத்தம்மா. இப்படத்திற்காக அரக்கோணம் பகுதியின் 'அருந்ததியர் ஜனநாயக முன்னணி' கடும் எதிர்ப்பினை எழுப்பியது. பாதிக்கப்பட்டவர்களையே குறியீடாக மாற்றுவதையும் எதிர்ப்புக்குரிய காரணங்களுள் ஒன்றாக்கி இருந்தது இவ்வமைப்பு.

இ) 'ஒரு நதியின் மரணம்' எனும் படத்தின் அரசியலுக்குத் தனக்கும் தொடர்பில்லை என்று அப்பட இயக்குநர் சொன்னதும் படத்தின் கடைசிப் பகுதியில் அப்படத்தைப் பற்றிய பிரபலமானவர்களின் கருத்தினைப் பதிவு செய்து படத்தோடு சேர்த்துக் கொண்டதையும் குறிப்பிடலாம்.

இப்படங்களின் வாயிலாகப் பெற்ற வாய்ப்புகளினால் 'நல்ல' நிலையில் உள்ளவர்களாகவும் இப்பட இயக்குநர்கள் இருக்கிறார்கள் என்பதும் குறிப்பிடத்தக்க ஒன்றாகும்.

மேலும் இப்படங்களின் இயக்குநர்கள் தலித்துகள் அல்ல என்பதுடன் பார்வையாளர்களும் கூட தலித்துகளாக இருப்பதில்லை. தலித் இயக்கங்களோ இத்தகைய படங்களின் தேவையை அறிய இயலாத வண்ணமே இருக்கின்றன. அதற்கான நிதி வசதிகளையும் அவை பெற்றிருப்பதில்லை. இந்நிலையில் தனி நபர்களும், தொண்டு நிறுவனங்களுமே இவ்வாறான முயற்சிகளில் ஈடுபட்டு வருகின்றனர். இவர்களின் அரசியல் புரிதல்கள், நோக்கங்கள் மற்றும் எல்லைகளுக்கேற்பவே இப்படங்கள் உருவாக்கப்படுகின்றன.

இப்படங்கள் தலித்துகளின் போராட்டங்களைக் காட்டிலும் அவர்கள் இழிவாக இருக்கிறார்கள் என்பதையே ஆவணப்படுத்த பெரும்பாலும் விரும்புகின்றன. இப்போக்கினால் இம்மக்கள் மீதான இழிவு பற்றி கருத்து வலுப்படுகிறது. தலித் இயக்கங்கள், கடந்த கால போராட்ட வரலாறுகள் போன்றவை மேலெழ உளவியல் ரீதியான தடைகளாகவும் அமைந்து போகின்றன. மீண்டும் மீண்டும் இந்த 'நிஜங்கள்' நிறுவப்படும்போது இம்மக்களுக்கான நிலைத்த குறியீடாக மாறிப் போகின்றன. பாதிக்கப்பட்டவர்களைப் பாதிப்புக்குள்ளானவர்களாக வைத்திருக்கவே இவை பயன்படும். தலித் தன்னிலையிலிருந்து பிறக்கும் தனித்துவமான படங்கள் உருவாக இன்னும் காத்திருக்கத் தான் வேண்டும் போலிக்கிறது.

சமூகத்தின் எந்தப் புறவியல் ரீதியான மாற்றத்தையும் சினிமா மூலமே அறிய வாய்ப்புள்ள சமூகம் இது. சினிமாவின் பார்வையாளர்களாக ஆரம்பத்திலிருந்தே தலித்துகள் பிரதான பங்கு வகித்து வந்துள்ளனர். புராண படக்காலத்திலும் 1950-க்குப் பிறகும் அதனுள் பங்கெடுக்க முடியாத ஒடுக்கப்பட்ட தலித் மக்கள் பார்வையாளர்களாகத் திரண்டனர். இதனை "அனைவரும் ஒரே கூரையின் கீழ் சமமாக அமரும் அம்பலமாக திரையரங்குகளே விளங்குவதால் தமிழ் நாட்டில் சமூக சமத்துவம் ஏற்படுத்தியதாக" முனைவர் கா. சிவத்தம்பி கருதுகிறார். "இருப்பினும் சினிமா அதன் பார்வையாளர்களைச் சமத்துவப்படுத்திவிடவில்லை. திரையரங்கின் இருட்டில் சமூக வேறுபாடுகள் மறைந்து விடவுமில்லை. காட்சித் திரையினை முன்னிறுத்தி பார்வையாளர்களை வரிசைப்படுத்தவும்,

இனங்காணவும் சினிமா அதற்கேயுரிய நெறியை வகுத்துக் கொண்டிருக்கிறது" என்று ஸ்டீபன் ஹியூஸ் (காலச்சுவடு டிச-96, பிப்-97) கூறுவதையும் இணைத்து நோக்கலாம். இதே வேளையில் தொடக்கத்தில் தமிழ் சினிமாவை மேட்டுக்குடியினர் நிராகரித்து வந்தனர். "தாங்களே அதன் ஒரு பகுதியாக மாறி விட்ட நிலையில் இனியும் சினிமாவை மேலான ரசனை இல்லாதவர்களின் கேளிக்கை என்று முத்திரை குத்த இயலாது. சினிமாவுடன் தங்கள் உறவைப் புதிதாக வரையறுக்கும் முயற்சியாக, நல்ல சினிமாவின் இலக்கணம் எதார்த்தவாதம் என்று மேட்டுக்குடி நிறுவ முற்பட்டது" (எம்.எஸ்.எஸ்.பாண்டியன், காலச்சுவடு ஜுலை, செப்-97).

தேசிய - திராவிட இடதுசாரி இயக்க பின் புலங்களைக் கொண்ட படங்களில் தலித்துகள் வெறுமனே 'பேசு பொருளாகவே' இருந்து வந்துள்ளனர். ரட்சகர்களுக்காகக் காத்திருப்பவர்களாகவே இவர்கள் பற்றிய சித்திரிப்பு அமைந்திருப்பதைப் பார்க்கிறோம். காந்தியப் பார்வையிலான படங்கள் (1930 - களில் கே. சுப்பிரமணியம் எடுத்த 'ஹரிஜனப் பெண்', 'தியாக பூமி' போன்ற படங்கள்) தலித்துகளைப் பரிதாபத்துக்குரியவர்களாகச் சித்திரித்தன. அவர்களுக்கான சுயசார்பு என்பது நினைக்கக்கூட முடியாத ஒன்றாக இருந்தது. அதே காலத்தில் தான் அம்பேத்கர் போன்றவர்களும் தமிழக தலித் தலைவர்களும் இயக்கங்களைக் கட்டிப் போராடி வந்தனர்.

தேசிய இயக்கங்களைக் காட்டிலும், பிராமண மேலாண்மை பிரச்சினையை அரசியல் பேசுபொருளாக்கிய திராவிட இயக்கம் தலித்துக்களைச் சித்திரித்த விதம் இன்னும் ஆராயப்படாமலேயே இருக்கிறது. தேசிய இயக்கப் பின்னணியிலமைந்த படங்களில் பேசப்பட்ட அளவிற்குக் கூட திராவிட இயக்கத்தினர் எடுத்த படங்கள் பேசவில்லை என்பதே உண்மை. தமிழகத்தின் சீரிய திரைப்பட ஆய்வாளர்கள் பலரும் திராவிட இயக்க அனுதாபிகளாய் இருப்பது, இத்தகைய ஆய்வுப் பார்வைக்கான வாய்ப்பினைத் தடுத்து நிற்கிறது. வெட்டியானாக மாறுவதாகப் புனையப்பட்ட 'அரிச்சந்திரன்' 6 முறை படமாக வந்ததாகவும் நந்தன் பெயரில் 3 படங்கள் வெளியாகியிருப்பதாகவும் தெரிகிறது. அதிலும் 2 படக் கம்பெனிகள் போட்டிப் போட்டுக்கொண்டு ஒரே நேரத்தில் 'நந்தன்' கதையைப் படமாக எடுத்தன. இதில் அஸன்தாஸ் நிலைப்படுத்தியதும் நடந்தது. நிறம், உடை, இடம், மொழி இப்படியான தீர்க்கமான அடையாளங்கள், உலகமயமாக்கல் என்னும் பொருளியல் மாற்றத்தினூடே பரிணமித்த தொழில்நுட்பம் இக்காலத்தில் தமிழ் சினிமாவிற்கு மேலும் புதிய வாய்ப்புகளைத் தேடித் தந்தன. உலக

சினிமாக்களின் அறிமுகங்கள் இயக்குநர்களுக்குப் புதிய வகை அரசியல் கருத்துகளின் தாக்கங்களுக்குக் காரணமாயின. 1990களில் உலக / இந்திய / தமிழக அளவிலான அரசியல் சமூக மாற்றங்கள் திரைப்படங்கள் உள்ளிட்ட ஊடகங்களில் எதிரொலித்தன.

மைய அரசில் கூட்டணி ஆட்சி உருப்பெற்றமையும் இந்து பெருமத அரசியல் எழுச்சிப் பெற்றதும் இக்காலத்தில் தான். இதன் மறுதலையாக இடஒதுக்கீடு சமூகத் தீமையாகவும், இசுலாமியர் இருப்பு அச்சுறுத்தலானதாகவும் ஊடகங்களில் சித்திரிக்கப்பட்டன. 90களில் வெளியான 'சலனம்' எனும் திரைப்பட இதழ் "இன்று கொழுந்து விட்டு எரிந்து கொண்டிருக்கும் அயோத்தி பிரச்சினையாகட்டும். மண்டல் கமிசன் விசயமாகட்டும் இரண்டின் அடிப்படையுமே சிறுபான்மை, பெரும்பான்மை சம்பந்தப்பட்ட விசயம் தான்... வர்த்தக ரீதியிலான படங்களும், சமூக அக்கறை கொண்ட படங்களும் இப்பிரச்சினைகளை ஒட்டிப் பல்வேறு கோணங்களை வெளிப்படுத்துகின்றன" (சலனம் டிச'92, ஜன'93) என்று கூறுவதன் மூலம் இதனை உறுதிப்படுத்திக் கொள்ளலாம். ஒளிப்பதிவு, ஒளியமைப்பு, படத்தொகுப்புக் குறித்த நுட்பங்கள் தமிழ் சினிமாக்காரர்களுக்குப் பிடிபடத் துவங்கிய காலகட்டம் இது. காட்சிகள் வாயிலாக வைக்கப்படும் கருத்துகளுக்கான பின்னணியைத் தெரிந்தே உருவாக்கினார்கள்.

ஒரு சினிமா பிரதி உருவாக்கத்தில் சமூகத்தின் பல்வேறு சக்திகளும் பங்கு பெறுகின்றன. தயாரிப்பாளர்கள், விநியோகஸ்தர்கள், திரையரங்க உரிமையாளர்கள், விளம்பரங்கள், பிற ஊடகங்களின் விமர்சனங்கள், அரசு தணிக்கை, அரசு மற்றும் பிற நிறுவனங்களின் விருதுகள் இப்படிப் பலவும் செயலாற்றுகின்றன. இவையாவும் சமூகப் பொதுப் புத்தியின் மீது கட்டப்பட்டு, அதனைக் காப்பாற்றி வருகின்றன. திரைப்படம் நிகழ்த்தும் கதை சொல்லல் வேறு விதமானது "திரைப்பட நிகழ்வுகளோடு ஒன்றிப் பார்வையாளர் தமக்குள்ளே உரையாடல் நிகழ்த்துகிறார். தனிமையில் தான் மட்டுமே திரையோடு உரையாடுவதன் சூழலை இருள் ஏற்படுத்திக் கொடுக்கிறது. பிம்பங்கள் பார்வையாளன் எனும் நிலைகள் மறக்கடிக்கப்பட்டுச் சக மனித உறவு பாலம் உருவாகி உரையாடல் நிகழ்கிறது" என்று இதனை சி.சொக்கலிங்கம் (தமிழ் திரைப்படங்கள் கட்டமைப்பும் கதையாடலும்) விளக்குகிறார். இங்கு மக்களைப் பற்றிக் கணந்தோறும் கவலைப்படும் சுதந்திரம் சினிமாக்களுக்கே இருக்கிறது.

பாவம் இப்படங்களை மௌனமாகப் பார்க்கும் மக்கள் எப்போதும் பேச வைக்கப்பட்டதேயில்லை. உண்மையில் சமூக எதார்த்தம் ஒன்றாகவும், எதார்த்தமாக கட்டமைக்கப்படுவது வேறொன்றாகவும் இருக்கிறது.

◎

*1990*களில் தமிழ்ப் படங்கள் பெரும்பான்மையும் அரசியல் பிரச்சினைகளை மையப்படுத்தியதாகவும், கிராம சமுதாய நிகழ்வுகளைக் கதையாகக் கொண்ட படங்களாகவும் வெளியாகியிருப்பதைப் பார்க்கலாம்.

மக்களின் அன்றாட வாழ்க்கையில் ஏற்படும் லஞ்சம், ஊழல், வேலையின்மை முதல் காஷ்மீர் பிரச்சினை வரை அனைத்தும் படங்களில் கதையாக மாற்றப்பட்டன. இப்பிரச்சினைகள் அனைத்திலும், காரணங்கள் மௌனமாக்கப்பட்டு விளைவுகள் மட்டுமே அலசப்பட்டன. நடைமுறையில் லஞ்சம் போன்ற பிரச்சினைகளை எதிர்கொள்ளும் மக்களின் கோபங்களை ஆற்றிக் கொள்ளும் போலி மாற்றீடுகளாக இப்படங்கள் மாறின. சினிமா ஊடகத்தின் தொழில் நுட்பங்களைத் தங்களைவையாக்கிக் கொண்ட மணிரத்னம், ஷங்கர், கமலஹாசன் போன்றோரின் படங்களில் **1.** பொதுவான மனித நேயம், **2.** தற்காலிக சீர்திருத்தம் எனும் கூறுகள் தீர்வுகளாய் வெளிப்பட்டன. கதை சொல்லலில் புதிய உத்திகளையும், ஹாலிவுட் ரியலிசத்தையும் கையாண்டவராகச் சொல்லப்படும் மணிரத்னம் காஷ்மீர் மற்றும் வடகிழக்குப் பிரதேசங்களின் தேசிய இனப் பிரச்சினைகள், பம்பாய் மதக் கலவரம் போன்றவற்றைக் கொண்டு 'ரோஜா', 'பம்பாய்', உயிரே எனும் படங்களைத் தந்தார். இப்பிரச்சினைகளை இந்திய அரசின் பார்வையில் அணுகிய இப்படங்கள் கருத்தியல் ரீதியான அவரின் பலவீனத்தைக் காட்டின. இடஒதுக்கீட்டிற்கு எதிரான குரலை ஷங்கர் தன் முதல் படமான 'ஜென்டில் மேன்' படத்திலேயே பிரமாண்டம் - உணர்ச்சிப்பூர்வமான சம்பவக் கோர்வைகள் - பெண்ணுடல் - இசை இவைகள் மூலமாக இடஒதுக்கீட்டால் பயனடையக் கூடியவர்கள் மூலமே கைதட்டலைப் பெற்றார். இக்கருத்தியலின் தொடர்ச்சியாகவே பிற படங்களை இயக்குகிறார். பிரமாண்டங்கள் எனும் பெயரில் சிறிதான சினிமா முயற்சிகளை, மாற்றுக் கதையம்சமுள்ள படங்களை இல்லாமல் செய்து விடும் தந்திரங்களும் இயல்பாகவே நடந்து விடுகின்றன.

சாதிய மரபு மிக இறுக்கமாகக் கடைபிடிக்கப்படும் இடம் கிராமம். சாதி என்பது இங்கு கண்ணுக்குப் புலப்படுவதாகவும் அதன் வழியான

வேறுபாடுகள் தடையின்றிச் செயல்படுகின்ற இடமாகவும் இருக்கிறது. சாதியொழிப்பை அடிப்படையானதாகக் கருதிய அம்பேத்கர் கிராமத்தை மறுத்ததையும், சாதியை வெறும் மதப் பிரச்சினையாகக் கருதிய காந்தியார் கிராமத்தைப் போற்றத்தக்கதாகக் கருதியதையும் கூட இதிலிருந்து தாம் புரிந்துகொள்ள முடியும். கிராம அமைப்பைப் பற்றி பேசும் யாரும் இந்தச் சிக்கலைப் பற்றி அணுகாமல் பேச முடியாது. இதை 'அறியாத' பலரும் கிராமத்தின் மேன்மையைப் பேசுவதாகக் கருதி சாதிய மேன்மையையும் சேர்ந்தே அர்த்தப்படுத்துகின்றனர்.

சாதியை எதிர்த்து ஒப்புக்காகவாவது வசனங்கள் இடம் பெற்ற படங்கள் வந்த நிலை மாறி, 1990களில் சாதிய அடையாளங்களை அழுத்தமாகப் பேசிய படங்கள் வெளியாகி கிராமங்களின் இடைநிலைச் சாதிகளின் அதிகாரத்தைப் பெருமிதப்படுத்திப் பேசின. பாரதிராஜாவின் வருகைக்குப் பின்னால் கிராமத்திலிருந்து நிறைய இளைஞர்கள் சினிமாவை நோக்கி நகர்ந்தனர். இவர்கள் யாவரும் சினிமாவில் நிலைபெற அங்கு தொழிற்பட்டிருந்த சாதிய - வட்டார அடையாளங்களோடு தங்களை இணைத்துக் கொண்டனர். திராவிடக் கட்சிகளால் அதிகாரம் பெற்றிருந்த அரசியல் தொடர்ச்சிகளை அறிந்தவர்களாகவே இருந்தார்கள். 1947க்குப் பிறகு இந்தியாவில் சாதி - சாதியம் பற்றியப் பேச்சுகள் 1990களில் தான் அரசியல் - சமூக மையத்துக்கு வந்தன (வெங்கடேஷ் சக்கரவர்த்தி; 'தீராநதி') என்பது உண்மையே என்றாலும் இவ்வாறு ஏற்பட்ட மாற்றம் சனநாயகத்தை நோக்கிய மாற்றமாக இல்லை.

இது போலவே 1980களுக்குப் பிறகு திரையுலகத்திற்கு வந்த திராவிட இயக்க கருத்தியல் தாக்கம் பெற்ற பலரும் பிராமணிய மதிப்பீடுகளுக்கு அடங்கிப் போனவர்களாக இருக்கிறார்கள். தமிழ் சினிமாவை மேலும் இருட்டுக்குத் தள்ளியதில் இவர்களுக்கு இடமுண்டு. கதாநாயக வழிப்பாட்டினைத் தொடர வைத்தவர்கள் இவர்கள் என்றால் மிகையாகாது. ரஜினியை சூப்பர் ஸ்டாராக்கிய எஸ்.பி.முத்துராமன், பாக்கியராஜ், மணிவண்ணன், சத்யராஜ் என்று நீண்ட பட்டியலே உண்டு. இடைநிலைச் சாதிப் பெயர்கள் சினிமாக்களில் தலை காட்டியதும், இவர்களின் காலங்களில் தாம். சத்யராஜ் சொந்தமாகத் தயாரித்து இயக்கிய 'வில்லாதி வில்லன்' படம் கதாநாயகியின் உடலைப் பண்டமாக்கி அதனையே நம்பி எடுத்த 'சீர்திருத்த' படமாகும். மேலும் தெலுங்கு தயாரிப்புச் சார்ந்த இயக்குநர்களும், தெலுங்குப் (டப்பிங்) படங்களும் இதுபோன்ற சீரழிவினை

ஸ்டாலின் ராஜாங்கம் ○ 19

ஏற்படுத்த முக்கியப் பங்காற்றின. இடைநிலைச் சாதியினரின் அரசியல் மற்றும் பண்பாட்டு எழுச்சி கடந்த காலங்களில் எதிரியாக உருவகிக்கப்பட்ட பிராமணர்களுக்கு எதிராக இல்லாமல், பிராமணர்களையும் கூட்டுச் சேர்த்துக் கொண்டு தலித் மக்களுக்கு எதிராகத் தங்களை நிறுத்தினார்கள் என்றால் அது மிகையில்லை. படிநிலை சாதிய அமைப்பின் அதிகார பலத்தையே இப்போக்குக் காட்டுகிறது.

கடந்த 15 ஆண்டுகளில் தேவர் மகன். எஜமான், சின்ன கவுண்டர், நாட்டாமை, நட்புக்காக, ராஜகுமாரன், சூரிய வம்சம் போன்ற படங்கள் இவ்வாறு வெளியாகியுள்ளன. வணிக ரீதியாக வெற்றி பெற்ற படங்களாகவும் இவைகள் அமைந்தன. இக்காலங்களில் பெரும் இயக்குநர்கள் கூட இந்தப் போக்குகளில் வெளிப்படத் துவங்கினர். பாரதிராஜாவின் பசும்பொன், தாஜ்மகால் போன்ற படங்களை இவ்வாறு எடுத்துக் கூறலாம். படத்திற்கான பெயர்த் தேர்வு, நடிகர் தேர்வு (தேவர்மகனில் சிவாஜி) போன்ற அம்சங்கள் எல்லாம் தற்செயலானவையல்ல. வன்முறைக்கு நியாயத்தையும், அதனை ரசிக்கும் பண்டமாகவும் இப்படங்கள் உருவாக்கின. இன்றைய கமர்ஷியல் ஹீரோக்களின் படங்கள் வரை இவை தொடர்கின்றன (சிவகாசி, சண்டக்கோழி).

1. கிராமப் பின்னணி கொண்ட இப்படங்களில் எஜமான் சேவகத்தை விரும்பி ஏற்கும் பாத்திரங்களாகவே தலித் சாதியைச் சேர்ந்த பிரதிநிதிகளை உருவாக்குகிறார்கள். எதார்த்தத்தில் நடக்கும் சாதிய முரண்களைக் கூட பங்காளிகளுக்கிடையிலான முரண்களாக மாற்றிக் காட்டுகிறார்கள்.

2. பண்ணையாரின் மிடுக்கு, சொத்துடைமை என எல்லாமே இயல்பானவையாகும். அரிவாள், வெள்ளை வேட்டி, துண்டு எனும் ஆண்ட பரம்பரை(?) உருவகங்கள் மூலம் கிராமம் சார்ந்த படங்கள் உருவாக்கப்படுகின்றன.

அதேபோல இந்தப் படங்களில் நகரத்துப் பெண் X கிராமத்துப் பெண் எனும் எதிர்வை உருவாக்கி அடக்க ஒடுக்கமான கிராமத்துப் பெண் பண்பாட்டைக் காப்பவளாகவும் கட்டமைக்கப்பட்டு ஆதிக்கச் சாதி ஆணாதிக்கப் பண்பாடு நிலைநாட்டப்படுகின்றன. இதே வேளையில் சாதியை மையமாகக் கொண்டு உருவாகியுள்ள ரசிகத் திரட்சிகள் தனித்து ஆராயப்பட வேண்டிய ஒன்றாகும்.

1990களின் இறுதியிலும் 2000களின் தொடக்கத்திலும் வந்த புதிய இயக்குநர்களைப் பற்றி சற்று தனித்து தான் பேச வேண்டியிருக்கிறது. சேரன், பாலா, ஹரி, சுசிகணேசன், தங்கர்பச்சான், பாலாஜி சக்திவேல் போன்றோரின் வருகை சினிமாவிற்குப் புதிய ரத்தம் பாய்ச்சி இருக்கிறது. இவர்கள் தேர்ந்த சினிமாவை உருவாக்குவதோடு வர்த்தக ரீதியாக வெற்றியாக்கும் கலையையும் தெரிந்து வைத்திருக்கிறார்கள். இவர்களில் அநேகர் படங்களில் பிராமணர்கள் பற்றிய சித்திரிப்பானது பிராமணர்கள் அப்பாவிகளாக நேர்மையானவர்களாக - சிக்கலற்றவர்களாகக் காட்டப்பட்டு வருகிறார்கள் என்பது கவனிக்க வேண்டியது ஆகும். (சேது, சாமி, அரசு, அந்நியன், கோவில்) இச்சித்திரிப்பை இடைநிலைச் சாதி அறிவாளிகள் கண்டு கொள்ளாமல் தலித் அறிவுஜீவிகளைப் பிராமண அடிவருடிகளாகக் காட்ட முனைவது ஏன்?

கடந்த 50 ஆண்டு கால அரசியல் பின்னணியில் ஏற்கெனவே பெற்றிருந்த சமூக அதிகாரத்தோடு அரசியல் அதிகாரத்தையும் சாத்தியமாக்கிக் கொண்ட தமிழக மேட்டுக்குடி சாதியினர், இப்போது பிராமணர்களை அச்சுறுத்தலாக நோக்குவதில்லை. அவர்களோடு அதிகாரத்தைப் பகிர்ந்து கொண்டோ, அடக்கி வைத்தோ மேலெழும்போது, அடுத்து போராடி வரும் தலித்துகளை ஆபத்தானவர்களாக நோக்குகிறார்கள். இதனை நம் திரைப்படச் சூழலும் அப்படியே பிரதிபலிக்கிறது. அதனால் தான் பிராமணர்களைக் கிண்டல் செய்வதாகவோ, அல்லது ஆபத்தில்லாதவர்களாகவோ இவைகள் சித்திரிக்கின்றன. மாறாக, ஒடுக்கப்பட்ட சாதிகளுக்கு எதிராக வன்முறையைப் பிரயோகிப்பதை நியாயப்படுத்தியும் வழக்கமான இழிவைச் சுமத்தியுமே சித்திரிக்கின்றன.

கடந்த காலங்களிலிருந்து நம் சமகாலம் வேறுபட்டதாய் இருக்கிறது. இயக்குநர்கள் சமூகச் சிக்கல்களை ஏதோ ஒரு வகையில் அறிந்தவர்களாக இருக்கிறார்கள். குறிப்பாக, மாற்று ஊடகத் தொடர்பு உள்ளவர்களாகவும் சிற்றிதழ் வாசிப்பவர்களாகவும் இருக்கின்றனர். இத் தளங்களில் செயல்பட்டு வரும் பலரையும் உள்ளிழுப்பவர்களாக இருக்கிறார்கள். சிற்றிதழ்களில் எழுப்பப் படும் திரை விமர்சனங்களையும் அறிவர். தலித்துகளின் சித்திரிப்புகளைக் குறித்து எழுப்பப்படும் விமர்சனங்களை ஒட்டி யாரும் தங்களைச் சரிபடுத்திக் கொள்வதில்லை. திரைப்படங்களில் தலித்துகள் ஓரங்கட்டப்பட்டு வருகிறார்கள் எனும் நிலை மாறி தற்காலத்தில் பாத்திரங்களாக மாற்றப் பட்டு வருகிறார்கள். ஆனால், இந்த மாற்றங்களுக்கும் அளவுகோல்

உருவாக்கப்பட்டிருக்கிறது. குறிப்பாக, 'பிதாமகன்' படத்தின் 'சித்தன்' வேடத்தையே பலரும் இப்படிச் சுட்டிக்காட்டுகிறார்கள். இந்த சித்தன் பாத்திரம் தலித்துகள் பற்றி சமூகம் உருவாக்கி வைத்திருக்கும் பொதுப் புத்தியை எவ்விதத்திலும் பாதிக்கவில்லை. மாறாக, பொதுப் புத்தியை மேலும் வலுப்படுத்தி வைத்திருக்கிறது. வெட்டியானாக வாழும் சக மனிதனைப் பொதுச் சமூகம் சாதி எனும் அடையாளத்தின் கீழ் எத்தனை மோசமாக நடத்துகிறது எனும் சமூகக் காரணிகள் இங்கே விவாதிக்கப்படவில்லை. விசுவாசமான வேலைக்காரனாய், குரல் வளையைக் கடித்துக் குதறும் குரூரமான வன்முறைப் பாத்திரமாகவே படைக்கப்பட்டுள்ளது. பாலாவிற்கு வித்தியாசமான 'கதாபாத்திரத்தை' புனைந்தவர் என்று சொல்லிக் கொள்வதற்குத் தவிர இப்பாத்திரம் தலித்தாகப் படைக்கப்பட்டதால் என்ன பயன்? கதையில் எவ்வித தொடர்பையும் சொல்லாமல் வெண்மணி எனும் கிராமத்திலிருந்து கதாப்பாத்திரம் வருவதாக விருமாண்டி படம் காட்டுவதும், காதலுக்கு எதிராய் நின்று வன்முறையை ஏவிய சாதியிலிருந்தே 'தியாகி'யை உருவாக்கிய 'காதல்' படமும் தலித் பாத்திரங்களை அவைகளின் சமூக தன்னிலையோடு சொல்லாமல் மறைத்து விடுகிறது.

உண்மையான சனநாயகத்தின் அர்த்தம் தலித்துகளுக்கான, தலித் செய்திகளுக்கான பிரதிநிதித்துவம் ஊடகங்களில் ஏற்படுவதன் மூலமும், எவ்வித நிர்பந்தங்களும் அற்ற சூழலில் இயங்குவதற்கு ஏற்ப வாய்ப்புகளை ஏற்படுத்தும்போது மட்டுமே சாத்தியமாகும். இதோடு மட்டுமல்லாமல் ஊடகங்களின் முதலீட்டாளர், இலக்குப் பார்வையாளர்கள், அரசின் தலையீடு போன்றவைகளையெல்லாம் சேர்த்து விவாதிக்க வேண்டியிருக்கிறது.

- மொழி, ஆகஸ்ட் 2006.

தமிழ் சினிமாவின் தீண்டப்படாதோர்:
தேசியமும் வட்டாரமும்

தமிழ் சினிமா பேசத் தொடங்கி 75 ஆண்டுகள் நிறைவு பெற்றுவிட்டன. சமூகத்தின் அசைவுகளை மதிப்பிட முனைவோர்க்குத் தமிழ்சினிமா தக்க ஆதாரமாக நிற்கிறது. இந்திய ஒன்றியத்தின் அடிப்படை சிக்கல்களுள் ஒன்றான சாதியும், தீண்டாமையும் எவ்வாறு சினிமாவில் பிரதிபலித்து வந்தன என்பதும், அச்சிக்கலை என்னவாக சித்திரிக்க முயன்றனர்? சித்திரிக்கப்பட்ட கருத்தியல்களின் பின்னணி எதுவாக இருந்தது? ஆகிய செய்திகளை இன்றைய காலத்திலிருந்து திரும்பிப் பார்த்துப் புரிந்துகொள்ள வேண்டியுள்ளது. குறிப்பிட்ட சமூக அமைப்பைப் பிரதிபலிப்பதாக சினிமா அமையும்போது சமூகத்தில் பங்குவகிக்கும் பல்வேறு அடையாளங்களை எவ்வாறு பிரதிநிதித்துவப்படுத்துகிறது? தாம் தேர்வு செய்து கொண்ட எல்லைக்குள் அது நியாயமாகச் செயற்பட்டுவந்துள்ளதா? ஆகிய கேள்விகளின் வழியே இக்கட்டுரை மேற்செல்கிறது.

தமிழ் சினிமா பேசத் தொடங்கிய காலத்தில் (1931) தேசியம் எனும் கருத்துநிலை உச்சக்கட்டத்தை அடைந்திருந்தது. நாடகத்திலிருந்து நடிப்பு மட்டுமல்ல கருத்துகளும் சினிமாவுக்கு இடம் பெயர்ந்தன. மேடை நாடகங்களில் தேசியத்தை வலியுறுத்தும் கதைகளும், பாடல்களும் இடம் பெற்றன. அதில் சில கலைஞர்களின் பங்கு முக்கியமானதாயிருந்தன. தேசிய அரசியலை பொறுத்தவரையில் காந்தி பெரிய ஆளுமையாக உருவாகிய இத்தருணத்தில் அன்னியர் எதிர்ப்பைப் போலவே இந்திய சமூகத்தின் முரண்பாடுகளும்

கூர்மையடைந்திருந்தன. 'உள்ளூர்' முரண்பாடுகளைப் பற்றி முடிவெடுக்க வேண்டிய நிர்பந்தம் தேசியத்திற்கு ஏற்பட்டது. இம்முரண்பாடுகளை எதிராகப் பார்ப்பது அல்லது கண்டுகொள்ளாமல் விடுவது எனும் போக்குகள் மாறி அவைகளை அரவணைத்து 'சரிசெய்யும்' காந்தியப் போக்கு உருவானது. அதேபோல 1930களின் தொடக்க ஆண்டுகளில் "இரட்டை வாக்குரிமை" தொடர்பாக அம்பேத்கரால் ஏற்படுத்தப்பட்ட அரசியல் நெருக்கடியால் சேரி சீர்திருத்தம், ஹரிஜன மேம்பாடு. கோயில் நுழைவு போன்ற நடவடிக்கைகளை மிகத் தீவிரமாக காந்தியார் முடுக்கிவிட்டார். இக்கால தேசியப் போக்கில் இவை குறிப்பிடத்தக்க அம்சமாகும்.

தொடக்கக் காலத்தில் "இந்தியைவிட புராண, பக்தி, சரித்திரப்படங்கள் தமிழில் அதிகம் தயாரிக்கப்பட்டன என்றாலும் வெள்ளையர் எதிர்ப்பு மிக விரைவாக சினிமாவில் பிரதிபலித்தது புராண நாடகங்களிலே தான். கதைக்குப் பொருந்தாவிட்டாலும் தேசியப்பாடல்கள் பாடப்பட்டன" என்கிறார் ம.பொ.சி. புராணப் படங்களிலும் இவை எதிரொலித்தன என்று தெரிகிறது. 1933இல் வெளியான 'வள்ளிதிருமணம்' படத்தில் வெள்ளைக்காரர்களை வெள்ளை கொக்குகளாகப் பாவித்து நாடக மேடைகளில் பாடப்பட்ட பாடல் படத்திலும் இடம் பெற்றது.

"வெட்கம் கெட்ட
வெள்ளை கொக்குகளா
விரட்டியடித்தாலும்
வாரீகளா?"

என்று வள்ளியும்

"வளையல் வாங்கலையோ
ஒரு மாசில்லா
இந்து சுதேசி வளையல்
வாங்கலையோ"

என்று முருகன் பாடுவதாகவும் அமைக்கப்பட்டன.

முதல் தமிழ் மற்றும் தெலுங்கு பேசும் படமான 'காளிதாஸ்' (1931) படத்தைத் தயாரித்த பம்பாய்காரரான 'அர்தேஷிர் இராணி' என்பவர் தேசிய நோக்கம் கொண்டவர்.

"இந்தியர்கள்
நம்மவர்க்குள்ளே
ஏனோ வீண் சண்டை
....
இந்து முசல்மான் ஒற்றுமை
நிறைந்த அல்லாகு அக்பர்
வந்தே மாதரம் புகன்று
வாழ்ந்திடுவோம்"

என்று இப்படப்பாடல் சொன்னது. ஆங்கிலேயர் எதிர்ப்புக்கு இணையாக இந்திய ஒற்றுமையும் வலியுறுத்தப்பட்டன. இவ்வாறு ஆங்கிலேயர் எதிர்ப்பு என்பது ஒருபுறமிருக்க இந்திய ஒற்றுமையில் தீண்டாமை கைவிடல் போன்றவற்றைப் பேசத்துவங்கினர்.

1935லிருந்து திட்டவட்டமாகச் சமூகப்படங்கள் வெளிவரத்துவங்கின. தமிழ் சினிமாவை சமூகக் கதையின்பால் திருப்பிய கே. சுப்பிரமணியம் **1937**ஆம் ஆண்டு பாலயோகினி என்னும் படம் மூலம் தீண்டாமை, விதவைகளின் துயரம் ஆகியவை பற்றிப் பேசினார். இதற்கு முன்பே வெளியான 'ஹரிஜனப் பெண் லட்சுமி' (சி.வி.இராமன் பி.ஏ.) என்ற படத்தின் மூலம் கிராமங்களில் நவீன தொழிற்சாலை வருவதால் ஏற்படும் சிதைவைக் காட்டினார். இதனை ஹரிஜனர் (அருந்ததியர்) ஒருவரை மையமாகக் கொண்டு இப்படம் பேசியது. நவீன தொழிற்சாலையினால் தொழில் பாதிக்கப்படும் அருந்ததியர் மரணமடைந்து விடுகிறார். அவருடைய மகள் லட்சுமியும், தங்கையும் அனாதைகளாகிறார்கள். பசியினைத் தீர்க்கும் பாதிரியார் கிறித்தவ மதத்தில் சேரும்படி வற்புறுத்த லட்சுமியோ "எவ்வளவோ கஷ்டப்பட்டாலும் என்னுடைய மதத்திலிருந்து மாறமாட்டேன்" என்கிறாள். குற்றச்சாட்டு ஒன்றில் சிக்கும் அவரை 'உயர்சாதி' வக்கீல் ஒருவர் காப்பற்றுவதோடு காதலிக்கவும் செய்கிறார் லட்சுமி (உயர்சாதி மீது கொண்ட) மரியாதைக் காரணமாக காதலை மறுக்கிறார். இறுதியில்,

"ஹரிஜன சேவை
செய்குவோம் பாரில்"

என்று சேர்ந்து பாடி படத்தை முடிக்கிறார்கள். இவை போன்றவை மிகுபுனைவு என்பதை யாரும் உணரலாம். சாதியம் இறுக்கமாகக்

காப்பாற்றப்படும் கிராமத்திலேயே சாதிச் சிக்கல் சரிசெய்து கொள்ளப்படுகிறது. மதமாற்றத்தை மறுத்து ஹரிஜனரே பேசுவது என்பதான காட்சிகள் இந்து மதத்தையும், தேசியத்தின் நோக்கத்தையும் காப்பாற்றிக் கொள்ள பாதிக்கப்படும் ஒருவர் மூலமே முன்வைக்கப்படும் சித்திரிப்புகள் இவைகளாகும். ஒருவகையில் பாதிக்கப்பட்ட ஒருவரையே குறியீடாக்கி எல்லாவித முரண்பாடுகளையும் சரிசெய்து கொள்ளும் தேசியத்தின் போக்கு இது.

கே.சுப்பிரமணியம் ஹரிஜன ஆலயப் பிரவேச போராட்டப் பின்னணியில் 'தேச முன்னேற்றம்' (1939), பிராமணர் ஒருவரே பூணூல் அறுத்தெறியும் காட்சி இடம் பெற்ற 'சேவா சதனம் போன்ற படங்களை எடுத்தார். 1939 மே 29இல் வெளியான 'தியாகபூமி' படத்திலும் தீண்டாமை ஒழிப்பு போன்ற சீர்திருத்தங்கள் இடம் பெற்றன. 1940இல் வெளியான பக்தசேனா படம் செருப்புத் தைக்கும் அருந்ததியரை காட்டுகிறது. கடவுள் முன் அனைவரும் சமம் என்பதைக் கூறும் இப்படத்தில் 'அருந்ததி' எனும் பாத்திரம்,

“மேதினியோர் வெறுக்கும்
பாதகத் தொழிலன்றி
ஏதுமறியேன்
துதியறியேன் - பூஜா
விதியறியேன்
மனுநீதியறியேன்
ஈனச்சாதியில் பிறந்தேன்
நான்”

என்று பாடி தன்னைப்பற்றி அறிமுகப்படுத்திக் கொள்கிறது. இச்சித்திரம் தலித் மக்கள் தங்களைத் தாங்களே இழிவாகக் கருதுவதாகவும், மனுநீதியறியாததால் கவலைப்படுவதாகவும் காட்டுகிறது. உண்மையில் தலித் பாத்திரங்கள் மூலம் பேசப்பட்ட இவை எல்லாம், இம்மக்கள் பற்றிய பிறரின் எண்ணமே ஆகும்.

தீண்டாமை, சாதி போன்றவை தலித்துகளைச் சார்ந்தவை; அவர்கள் மீது ஒட்டியிருக்கும் அழுக்கு அவைகள்; அழுக்கை அவர்கள் கழுவிக் கொள்ள வேண்டும்; கழுவிக் கொள்ள தெரியாததினால் (அதற்கான அறிவோ, தகுதியோ இல்லாததினால்) பிறர் சேவைக்காக முன்வருகின்றனர் என்பதெல்லாம் இத்தகைய சித்திரிப்புகளின் சொல்லப்படாத அர்த்தங்கள்.

இவ்வாறான சித்திரிப்புகளைத் தரும்போதுதான் 'தியாகி'களாக ஆதிக்கச் சாதியினர் தங்களை நிறுவிக்கொள்ள முனைவதோடு, சாதி, தீண்டாமை ஆகிய பொறுப்புகளிலிருந்து தங்களை விலக்கி நிறுத்திக் கொள்கின்றனர். இது ஒரு நுட்பமான தந்திரம். இப்படங்கள் எல்லாவற்றிலும் 'தியாகி'களாக பிராமணர்களே உண்டு. சுயேட்சையான பாத்திரங்களாகத் தாழ்த்தப்பட்ட மக்கள் காட்டப்பட்டதேயில்லை. தீண்டாமையை ஒரு பிரச்சினையாக ஏற்றுக்கொண்ட இப்படங்கள் பிராமணத்துவம் உயர்ந்தது என்னும் கருத்தை மாற்றியமைக்கவில்லை. அதேபோல ஆங்கிலேயர் எதிர்ப்புக்குத் தடையாகத் தணிக்கை முறை இருந்த காலத்தில் தேசியவாதத்தின் குரல் சமூகப் பிரச்சினைகள்பால் திரும்பியிருந்தன. ஆங்கில எதிர்ப்போடு சமூகப் பிரச்சினைகளைப் பேசிய சில படங்களும் சமூக அளவில் பெரிய தாக்கம் எதையும் செலுத்த முடியவில்லை என்றே தெரிகிறது. மின்சாரம் பரவலாகாத காலம் இது என்பது முக்கிய காரணம்.

உண்மையில் சாதி. தீண்டாமை ஆகியவற்றை உருவாக்கி பாதுகாத்து வருவது, ஆதிக்க வகுப்பினரின் வேலை. அரசியல், பொருளாதாரம். பண்பாடு ஆகியவைகளோடு சேர்ந்த பிரச்சினையாக இதனை அணுகுவது அம்பேத்கரின் அணுகுமுறை. ஆனால், இப்படங்களின் செய்திகளும், சித்திரிப்புகளும் காந்திய வழிப்பட்டதாகும். சாதிக்குரிய காரணங்கள், சாதிக்கான மத அங்கீகாரம் ஆகியவற்றைப் பேசாமல், விமர்சிக்காமல் சாத்வீகமான முறையில் சரிசெய்து கொள்கிற ஒன்றாகவும், 'மேல்சாதி'யினரின் மனசு சம்பந்தப்பட்ட காரியமாகவும் இப்படங்கள் சாதியைக் காட்சிப் படுத்தின. அரசியல் நிர்பந்தம் / தேவை சார்ந்து இப்பிரச்சினை பேசப் பட்டதால் அம்மக்கள் சார்ந்த பல்வேறு பிரச்சினைகள் பின்னுக்குத் தள்ளப் பட்டன. சாதிக்குக் காரணமாகும் பல்வேறு அம்சங்களை மறுப்பதாகவும், நிலவும் அமைப்பிற்குள்ளே இம்மக்களைத் தக்கவைத்துக் கொள்வதாகவும் இப்படங்கள் அமைந்தன.

ஒடுக்கப்பட்டவர்களின் எண்ணவுணர்வைப் பிரதிபலிப்பதாகவோ, அவர்களைப் பிரதிநிதித்துவப்படுத்திய அரசியல் அமைப்புகளையோ, ஆளுமைகளையோ, கருத்துகளையோ இவைகள் சொல்லியதேயில்லை. மாறாக, தேசியம் என்னும் ஒற்றை அடையாளத்தின் மூலம் இத்தகு பிரதிநிதிகளை / கருத்துகளை மறைத்து சமகாலப் பிரச்சினைகளை இல்லாமல் ஆக்கினர். அப்பிரச்சினைகளைத் தாங்களே கையிலெடுத்துப் பாதிக்கப்பட்டோர் போராடாத வகையில் பார்த்துக் கொண்டனர். இவ்வாறு

உருவாகி வந்த தேசீயம் சமகாலச் சவால்களை எதிர் கொண்ட முறைமை, தேசியமாக உருப்பெற்றமை ஆகியவைகளை அறிய இச்சினிமாக்களும் ஆதாரங்களாகப் பயன்படுகின்றன.

தலித் கதாபாத்திரங்களை மையமாகக் கொண்டும் படங்கள் வெளியாயின. குறிப்பாக, 3 முறை படமாக்கப்பட்டது நந்தனார் கதை. முதலில் 1935ஆம் ஆண்டு வெளியான நந்தனார் படம் தோல்வியடைந்தது. திரைப்படங்களை விமர்சனம் செய்வதில் சிறப்பானவராகக் கருதப்படும் கல்கி இப்படத்தைப் பலமாகக் கிண்டல் செய்தார். இப்படத்தின் தோல்விக்குக் காரணம் தலித் பாத்திரம் 'அவருக்கேயுரிய இழிவோடு' காட்டப்படவில்லை என்பதுதான் என்று விமர்சிக்கப்பட்டது. அதாவது, வேதியன் முன் தோன்றும் பறையனான நந்தன் கக்கத்தில் போட்டு நடிக்க வேண்டிய துண்டை தோளில் போட்டு (அதிகாரத்தின் முன் கம்பீரம்?) நடித்திருந்தமையால் தோல்வியாம். 1942இல் 'வாசன்' தயாரித்த நந்தனார் வெற்றுடம்போடு, துண்டை கக்கத்தில் வைத்து மிகுந்த பணிவோடு நடித்ததால் வெற்றி பெற்றதாம்.

நந்தன் கதை தலித் மக்களால் எழுதப்பட்டவையோ, படமாக்கப் பட்டவையோ அல்ல. பறையனின் வாழ்வு முறையாகத் தலித் அல்லாத பிரிவினரால் எழுதப்பட்டவையே. இவைகளில் பதிவான தலித் வாழ்வு என்பது பிறரால் உருவாக்கப்பட்ட பிம்பங்களேயாகும். இச்சித்திரிப்புகள் சாதியை மறுக்கும் போக்கில் அமையமுடியாது என்பது புரிந்து கொள்ளக்கூடியதே. ஆனால், அடிப்படையில் சாதிமுறையை வலுவாக்கும் கதை இது. தலித் கதாபாத்திரங்கள் 'சுயஇழிவை' விரும்பி ஏற்கும் வண்ணம் எழுதப்பட்ட கதைகளில் இதுவும் ஒன்று. அயோத்திதாசர் நந்தன் கதையையும், அரிச்சந்திரன் கதையையும் பொய்க்கதைகள் என்று எழுதினார். 1940களின் மத்தியிலிருந்தே சாதிய இழிவுகளுக்கு எதிரான போராட்டங்களைத் தலித் மக்கள் தமிழகத்தில் தொடங்கியிருந்தனர் என்பது குறிப்பிடத்தக்கது.

பின்னாளில் தலித் வாழ்வை பற்றி விளக்க வந்த 'ஸ்ரீராமனுஜர்' என்னும் படத்திற்கு வசனம் எழுதிய வ.ரா. அவர்கள், "ஹரிஜனன் மனித உணர்ச்சியும், உள்ளமும் பெற்றவன்தான் என்பதை நந்தனார் வாழ்க்கையைத் தவிர நவீன முறையிலே எடுத்துக் காண்பித்தால் பார்ப்பவர்கள் உணர்ச்சிப்பெருக்கு அடைய மாட்டார்களா?" என்று எழுதினார். ஹரிஜனங்களின் பக்கம் நின்று

பேசுவதாகவே இதனை தேசியவாதிகள் கருதியதாகத் தெரிகிறது. சமூக மனப்பதிவில் தீண்டாமைக் குறித்த கருத்தை இச்சித்திரிப்புகள் எவ்விதத்திலும் மழுங்கடிக்கவில்லை. மாறாக, அவ்வகையான அடையாளங்களை மறுஉறுதியாக்கின. 'தலித்தாகிய ஒருவர் இப்படியிருக்கிறார்' எனும் பெயரில் 'அவர் எப்படியெல்லாம் இருக்க வேண்டும்' என்பதையே சொல்லின.

பிராமண ஆதிக்க எதிர்ப்பு எனும் சமூக நியாயத்தின் பேரில் பிறந்த திராவிட இயக்கம் சினிமாவில் தீவிரமாக ஈடுபட்டு அரசியல் பிரச்சாரத்துக்குரிய கருவியாக அதனை மாற்றியது. தி.மு.கவின் வருகை கருத்தளவிலும், சொல்லல் முறையிலும் தமிழ்மொழியைப் புதிய பாணிக்குரியதாக மாற்றியது.

1949இல் அண்ணாதுரையின் *வேலைக்காரி*, நல்லதம்பி முதலிய படங்கள் துவங்கி **1970**கள் வரை தி.மு.கவின் தாக்கம் சினிமாவைப் பீடித்திருந்ததோடு, மக்கள் மத்தியில் சினிமாவும் முக்கிய அங்கமாக மாறியது. இருந்தாலும் *வேலைக்காரி*, நல்லதம்பி படங்களில் தமிழ்வாதம் அதிகளவு தென்படவில்லை. அண்ணாதுரையின் கதையோடு 'மதுவிலக்கு பிரச்சாரம்', 'கிந்தனார் காலட்சேபம்' என்று என்.எஸ்.கிருஷ்ணனின் கதைப்பகுதிகளும் சேர்க்கப்பட்டு *Mr.deeds goes town* (1936) எனும் ஆங்கிலப்படத்தைத் தழுவி 'நல்லதம்பி' படமெடுக்கப்பட்டது. இப்படத்தில் காந்திமகான் புகழையே என்.எஸ்.கே பாடினார். கிராம சீர்திருத்தம் பேசும் இப்படத்தில் இடம்பெறும் கிந்தனார் காலட்சேபத்தில் ஹரிஜனன் ஒருவன் கிராமத்தை விட்டு நகரம் செல்வது, கல்வி பெறுவது, தொடர்வண்டியில் பேதமில்லாமல் பயணிப்பது ஆகியவற்றை நவீனத்தின் அடையாளமாகச் சொல்வது சுவையான முரண் ஆகும்.

பொருளாதார ரீதியில் சந்தையாக உருப்பெற்ற சினிமாவில் கவர்ச்சிகரமான மேடைத்தமிழை இடம்பெயர்த்தனர். தி.மு.கவினருக்கு முன்பே திரையில் நல்ல தமிழைப் பயன்படுத்திய அளவில் முன்னோடி 'இளங்கோவன்' தான். அவர் தேசியவாதி. இளங்கோவன் வசனம் எழுதிய 'கண்ணகி'யில் "ஹிந்து தர்மத்தின் மகாசக்தியான பத்தினிப் பெண்டிரின் பெருமையை விளக்குவதே சிலப்பதிகாரம்" என்று தொடக்க வாசகம் சொல்லியது. பாரதிதாசன் கூட பகுத்தறிவுக்கு முரணான ஆயிரம் தலைவாங்கிய 'அபூர்வ சிந்தாமணி'யில் வசனம் எழுதச் சென்றமைக்கு நல்ல தமிழை இடம்பெறச் செய்கிறேன் என்றுதான் சொன்னார்.

தொடர்ந்து 1950களில் அண்ணாதுரை, மு. கருணாநிதி ஆகியோரோடு காங்கிரஸ் அனுதாபியான எம்.ஜி.ஆர்., பிற நடிகர்களான சிவாஜி போன்றோரும் ஒன்றாய் சேர்ந்தனர். சினிமாத்துறையில் திராவிட இயக்கத்தின் பங்களிப்பாகத் தேர்ந்த தமிழ் உரையாடல், தமிழ் அரசியல் அடையாளங்கள், சமூகச் சிக்கல்களைப் பேசும் தன்மை ஆகியவற்றை சொல்ல முடியும். பிராமணரல்லாத அரசியல் அடையாளங்களைப் போலவே பிராமணரல்லாதவர்களும் திரைத்துறைக்குள் நுழைந்தனர். அண்ணாதுரையின் தொடக்ககாலக் கதைகளில் இடம்பெற்ற ஜமீன்தார், பண்ணையார் எதிர்ப்பு போன்ற கூறுகள் மறைந்து 1950களில் தமிழ்வாதம் இடம்பெற்றன. மு.கருணாநிதி இவ்வகையில் புகழ்பெற்றவர். அரசியலில் தி.மு.க.வின் தமிழ் எனும் அடையாளம் பல்வேறு சமூகப் பிரச்சினைகளையும் ஒருசேர பின்னுக்குத் தள்ளின. இந்தத் தமிழ்வாதம் வகுப்புவாரி பிரதிநிதித்துவம் என்னும் கொள்கையோடு தொடர்புடையது. வகுப்புவாரி ஒதுக்கீடு சாதிகளின் கூட்டணியை உருவாக்கியது. பிராமணர், சிறுபான்மையினர் அல்லாத இடைநிலைப் பிரிவிற்கு பிராமணரல்லாதார் என்னும் அரசியல் நியாயத்தை உருவாக்கியது. இவை அடிப்படையில் சாதி பெரும்பான்மை வாதத்தை நோக்கி இட்டுச்சென்றது. இன்று வரையிலும் தங்களை எந்நிலையிலும் சிறுபான்மையாக உணராத சமூகப் பிரிவாக இந்த இடைநிலைப் பிரிவினரே இருக்கின்றனர் என்பது குறிப்பிடத்தக்கது. தலித் மக்கள் பற்றிய சித்திரிப்பைப் பொறுத்தவரையில் காங்கிரஸ் அளவிற்குக்கூட திமுக அரசியலிலும் சரி, திரைப்படச் சித்திரிப்பிலும் சரி இயங்கியதேயில்லை. இதற்குப் பல காரணங்களுண்டு. சுயமரியாதை இயக்க காலத்திலிருந்தே கருத்து மற்றும் நடைமுறை அளவில் தாழ்த்தப்பட்ட சமூக அறிவாளிகளும், மக்களும் திராவிட இயக்கத்தோடு தொடர்பு கொண்டிருந்தனர். பிராமணர் எதிர்ப்பு என்னும் தளத்தில் திராவிட இயக்கத்தில் தலித் மக்கள் இடம் பெற்றிருந்தனர். தலித் மக்களுக்கான பிரத்யேகப் பிரச்சினைகளை பிராமண எதிர்ப்பு எனும் அடையாளத்திற்குள் பொருத்தியிருந்தமையால் இம்மக்கள் இவ்வியக்கத்தில் இடம் பெற்றிருந்தமை இயல்பானதுதான்.

அதேபோல காங்கிரஸை எதிர்நிலையில் வைத்து அம்பேத்கர் விமர்சித்ததால், தலித் மக்களின் பிரச்சினையைப் பொருட்படுத்த வேண்டிய அவசியம் காங்கிரஸுக்கு ஏற்பட்டது. அத்தகு நெருக்கடியை திமுகவிற்கு யாரும் இப்போது தரவில்லை. எல்லாப் பிரச்சினைகளும் தமிழர்/திராவிடர்

பிரச்சினைக்குள் அடக்கப்பட்டிருந்தன. இக்காலத்தில் தலித் மக்களாலும் தலைவர்களாலும் தமிழகத்தின் பல பகுதிகளிலும் இழிதொழில் மறுப்புப் போராட்டங்கள் நடத்தப்பட்டன. அவைகளும் உரிய கவனம் பெறாமல் போயின.

தேசியம் பேசிய படங்களில் காணப்பட்ட கலப்பு மணம், தீண்டாமை ஒழிப்பு போன்ற எதுவும் திராவிட இயக்கப் படங்களில் முன்னுரிமை அளிக்கப்பட்டதில்லை. ஆரம்பக் கட்டத்தில் மதுவிலக்குப் பிரச்சார படமெடுத்த ராஜாஜி முதலமைச்சராக இருந்தபோது திமுகவின் செல்வாக்கு சினிமாவினால் அதிகரித்ததை ஒட்டி 'சினிமா'வை எதிர்த்தார். ஆனால், 1950களில் திமுகவினரின் செல்வாக்கு சினிமாவில் அதிகரித்து வந்தது. அதற்கு முன்பே அதிக மக்களை ஈர்க்கிறது என்பதற்காகவே சினிமாவை 'கீழ்மக்கள் கலை' என்று வெறுத்தவர்களையும் 'தேசிய நோக்கம்' சினிமாவை நோக்கி தள்ளியிருந்தது. கல்கி, பி.எஸ்.ராமையா, சத்தியமூர்த்தி, கே.சுப்பிரமணியம் ஆகிய பிராமணர்களின் வருகை இப்படிப்பட்டதுதாம்.

ஆனால், எளிய அடித்தட்டு மக்களிடம் செல்வாக்கு பெறும் நோக்கில் சினிமாவை கையாண்டு வெற்றி பெற்றவர்கள் திமுகவினரே ஆவர். குறிப்பாக எம்.ஜி.ஆரின் *மருதநாட்டு இளவரசி (1950), மலைக்கள்ளன் (1954), மதுரைவீரன் (1956), நாடோடி மன்னன் (1958)* ஆகிய நாட்டார் வரலாறு சார்ந்த கதைகள் அடித்தட்டு மக்களைத் திரட்சியாக்கின. திமுக பாணி படங்களைப் பொறுத்தவரையில் இரண்டு காலகட்டங்கள் இருப்பதாக கா. சிவத்தம்பி கூறுவது பொருத்தமுடைய ஒன்றேயாகும்.

ஒன்று: அண்ணாதுரை, கருணாநிதி ஆகியோரின் திரைக்கதைகள் ஆதிக்கம் செலுத்திய முதல் காலகட்டம் (1950-1960).

இரண்டு: எம்.ஜி.ஆர் ஆதிக்கம் செய்த காலம் (1960-1970).

அண்ணாதுரையும் கருணாநிதியும் அரசியலில் கவனம் செலுத்திய 1960களில் எம்.ஜி.ஆர் முழுமையாக சினிமாவில் ஈடுபட்டார். ஏற்கெனவே 1955இல் திமுகவிலிருந்து சிவாஜி வெளியேறி விட்டிருந்தார். எம்.ஜி.ஆரின் செல்வாக்கு ஓங்கிய காலத்தின் மாற்றங்களை "1960களில் மின்சாரமும் அதன்மூலம் சினிமா அரங்குகளும் அதிகமாகின. எம்.ஜி.ஆர் வசனத்திற்கு இணையான இடத்தினை வேறு அடையாளங்கள் மூலம் இட்டு நிரப்பினார். முஷ்டியை உயர்த்தி பாடுதல், ஏழைப் பங்காளனாக மாறுதல் ஆகிய

அம்சங்களும் தமிழ்சினிமா பார்ப்பவர்களில் பெரும்பான்மையினருக்குச் சமூகச் சம்பந்தமுடைய வீரர்களின் பாத்திரங்களில் எம்.ஜி.ஆர் நடித்தார். விவசாயி, படகோட்டி, தொழிலாளி, ரிக்ஷாக்காரன், டிரைவர் போன்ற வேடங்கள்" என்று கா. சிவத்தம்பி விவரிக்கிறார். நாயக பிம்பம் உருவான பின்னணியும் இப்படித்தான்.

திமுகவின் முதல்கட்டப் படங்களில் கிராம அமைப்புப் பற்றிய அடிப்படையான விமர்சனங்கள் கோடிட்டுக் காட்டப்பட்டதில்லை. ஆனால், கிராம நிலச்சுவான்தார்களிடம் நிலவிய அறமற்ற போக்குகள் காட்டப்பட்டாலும் பிராமணர்களினால் ஏற்பட்ட விளைவாகவே அது காட்டப்பட்டது. பிராமண வீழ்ச்சியைத் தமிழ் எழுச்சியாகக் காட்டினர். இதற்காக அண்ணாதுரை சோஷலிசம், சுரண்டலில்லாத உலகம், தொழிலாளர், விதவை மணம் போன்றவற்றைப் பேசினார். இப்போக்கை தமிழ் மன்னர்சார் கதைகள் மூலம் கருணாநிதி முடிவுக்குக் கொணர்ந்தார்.

எம்.ஜி.ஆரின் எழுச்சி திமுகவின் கடந்தகால பாணிகளை ஒருசேர பின்னுக்குத் தள்ளின. சாதியை அடையாளப்படுத்திக் கொள்ளாத தொழிலாளி வேடங்களில் நடித்தார். தமிழகத்தின் அடித்தட்டுச் சாதியடையாளம் கடந்து நடித்த எம்.ஜி.ஆரிடம் எப்போதும் பிராமண எதிர்ப்பு இருந்ததில்லை. "திமுகவுக்குள் எம்.ஜி.ஆர் வந்த காலத்தில் அதி தீவிர பிராமண எதிர்ப்புக் கட்டம் முடிந்திருந்தது" என்ற கா.சிவத்தம்பியின் கருத்து ஒப்பத்தக்கது. இவ்வாறு திமுகவில் இருந்த ஒடுக்கப்பட்ட விளிம்புநிலை மக்கள் எம்.ஜி.ஆரிடம் கைமாற்றப்பட்டனர். இக்காலத்தில் அவர்கள் வெறும் வாக்கு வங்கி கணக்கிற்குள் முடக்கப்பட்டனர். படங்களிலும் இவர்கள் பற்றிய சித்திரிப்புகள் இதன்படியே இடம்பெற்றன.

1970களின் தொடக்கத்திலேயே திமுகவின் கவர்ச்சி முடிந்தது. எம்.ஜி.ஆர் அரசியல் தலைவராக மாறினார். சினிமா கவர்ச்சியின் பிடியினால் ஏராளமான விளிம்புநிலை ரசிகர்கள் எம்.ஜி.ஆரின் வாக்குவங்கி ஆயினர். 1956இல் 'மதுரை வீரனில்' தலித் கதாப்பாத்திரம் மூலம் இம்மக்களின் பெரும் பிரிவினரைத் தன்வயமாக்கிய இவர் 1970களில் விளிம்புநிலை மக்களிடம் சேவை புரிவது போன்று நடித்தார். சேரி மக்களைத் தக்கவைக்கும் கூறாக 'நேற்று இன்று நாளை' (1974) படத்தில் சேரியை 'சுத்தம்' செய்பவராக நடித்தார். அவரின் நிஜ அரசியலைப் போலவே சினிமாவில் பேசிய அரசியலும் ஆழமில்லாதவை. அண்ணாதுரை, கருணாநிதி ஆகியோரிடம்

குறைந்து காணப்பட்ட ஆழம் எம்.ஜி.ஆரிடம் அறவே இல்லாமல் போயின. எம்.ஜி.ஆர் கட்சிக்கு வந்த பின்னால் பழைய திராவிட இயக்க அடையாளங்களைக் கையிலெடுக்க முடியாத கருணாநிதி ஊழல், வன்முறை போன்ற விசயங்களை மையமாக்கிய படங்களுக்கு வசனம் எழுதினார். எம்.ஜி.ஆரின் வாக்குவங்கியான ஒடுக்கப்பட்ட மக்களின் பால் 'பரிவோடு' 'ஒரே ரத்தம்' எனும் படத்தை திமுக கட்சிக் கொடியோடு காட்டி கருணாநிதி படமாக்கினார். அதற்குப் பிறகு அவர் அப்படியான முயற்சியில் ஈடுபடவோ, பேசவோ இல்லை. இக்காலம் முதல் பிராமணரல்லாத உயர் சாதியினர் அல்லாத இடைநிலைச் சாதிகளைக் குறிவைத்து இக்கட்சிகள் இயங்கத் தொடங்கின. தலித்துகளையும் தலித்துகளை ஒடுக்கும் தேவர் போன்ற ஆதிக்கச் சாதியினரையும் ஒருசேர தன் ரசிகர்களாக்கித் தொண்டர்களாக்கிய எம்.ஜி.ஆரின் திரட்சியுக்தி ஆராயத்தக்க ஒன்றாகும்.

திமுகவின் சினிமா அடையாள அரசியலுக்கு இணையாக எதிர்தரப்பில் முயற்சிகள் நடைபெறாமல் இல்லை. நாத்திகம் மற்றும் மதச்சார்பற்ற தமிழ் அடையாளத்திற்கு மாற்றாக மதச்சார்புள்ள தமிழ் அடையாளம் முன்வைக்கப்பட்டது. தமிழ் மன்னர்கள் மூலம் பிரதேசவாதம் முன்வைக்கப் பட்டமைக்கு மாற்றாக மன்னர்கள் கதை மூலம் தேசியவாதம் முன்வைக்கப்பட்டது. திமுகவின் அடையாள எதிர்ப்புக்கான பிரதிநிதியாக சிவாஜி கணேசன் வெளிப்பட்டார்.

சக்ரவர்த்தி திருமகன் (1957), காஞ்சித் தலைவன் (1963) ஆகிய படங்களில் பெயர்களின் மூலமாகவும், சின்னங்கள் மூலமாகவும் திமுகவின் அடையாளங்கள் பரப்பப்பட்டன. சிவாஜிகணேசனின் *வீரபாண்டிய கட்ட பொம்மன், கப்பலோட்டிய தமிழன்* படங்கள் தேசியத்தை மிகைபுனைவாக முன்வைத்தன. காந்திய கால தேசியவாதப் படங்களுக்கும், சுதந்திரத்திற்குப் பிந்தைய தேசியவாதப் படங்களுக்கும் வேறுபாடு உண்டு. காந்திய காலப்படங்கள் சமூகத்தின் உள் முரண்பாடுகளைப் பேசின. ஆனால், பிந்தைய தேசியப் படங்களில் சமூக முரண்பாடுகள் அறவே நிராகரிக்கப்பட்டன. புதிய தேசிய உருக்கள் கட்டமைக்கப்பட்டன. ஒடுக்கப்பட்டோர் நலன் உள்ளிட்ட பிரச்சினைகளை விவாதிப்பதற்கான நிர்பந்தம் யாருக்கும் இல்லாமல் போய்விட்டன. அத்தகைய தனித்துவமான அமைப்புகளும் ஒடுக்கப்பட்டோர்களிடம் பலவீனமாக இருந்தன.

இதே வேளையில் அரசியல் நோக்கம் சாராமல் திரளும் மக்கள் மூலம் லாபம் திரட்டும் நோக்கமுடையவர்களும் திரைத்துறையில் இருந்தனர். தொடக்கக் காலங்களில் புராணப்படங்களை எடுத்து வந்த மெய்யப்ப செட்டியார் 1947இல் 'நாம் இருவர்' எனும் படத்தை எடுத்தார். சனவரியில் வெளியாகிவிட்ட அப்படத்தில் சூழலுக்கேற்ப ஆகஸ்ட் மாதத்தில் பாரதியாரின் 'தாயின் மணிக்கொடி பாரீர்' எனும் பாடலை இணைத்தார். கருணாநிதியின் வசனத்தில் வெளியான பல படங்கள், எம்.ஜி.ஆர் படங்கள் ஆகியவைகளை இயக்கிய இயக்குநர்கள் அப்படங்களில் பேசப்பட்ட அரசியல் கருத்தோடு தொடர்புடையவர்கள் என்று சொல்ல முடியாது.

நாத்திகமும், 'மதச்சார்பற்ற' தமிழ்வாதங்களும் இடம்பெற்ற சமகாலத்திலேயே புராணம் மற்றும் பக்திக் கதைகளும் வெளியாயின. பழைய புராணப்படங்களைப் போலமையாமல் திமுக பேசிய தமிழ் அடையாளத்தையே உள்ளீடாகக் கொண்ட பக்திப்படங்கள் வெளியாயின. வெகுமக்கள் மனப்பரப்பில் உள்ளுறைந்திருக்கும் பக்தியுணர்வைத் தமிழ் வாதத்தாலேயே இவைகள் பிரதிபலித்தன. திருவிளையாடல் (1965), திருவருட்செல்வர் (1967), சரஸ்வதி சபதம், ஆதிபராசக்தி, கர்ணன் போன்ற படங்கள் இவ்வாறு வெளியாயின. தமிழ் நிலப்பரப்பில் நிகழும் கடவுளர் கதைகளாக இவை காட்டப்பட்டன. திமுகவின் நாத்திகவாதத்திற்கு ஏற்பட்ட எதிர்வினைகளே இப்படங்கள். பக்திப் படங்களை எடுத்த ஏ.பி.நாகராசன் தமிழரசு கட்சி ம.பொ.சியோடு செயற்பட்டவர் என்பது குறிப்பிடத்தக்கது. ஆனால், பக்தி படமெடுத்தவர்களுக்கு வலுவான இயக்க பின்புலம் இல்லை. சைவ வைணவக் கதைகளும் பிறகு முருகன் கதையும் படமாக்கப்பட்டன. இந்த எதிரெதிரான போக்குகள் முடிவுற்ற பின்னரே சிறு தெய்வப்படங்கள் வெளியாயின.

பக்திப் படங்கள் திமுகவின் நாத்திகவாதத்திலுள்ள பலவீனங்களைப் பயன்படுத்திக் கொண்டன. பக்தி குறித்த ஆழமான விசாரணையும், அக்கறையும் இல்லாமல் போகிற போக்கில் பேசப்பட்ட மேம்போக்கான நாத்திக கருத்துகள் மக்களிடம் பக்தியற்ற மனப்பான்மையை உருவாக்கவில்லை. மாறாக, மக்களின் மனோபாவத்திற்கேற்ப இயக்கம் இறங்கி வந்ததுதான் நடந்தது. அண்ணாதுரையின் 'ஒன்றே குலம் ஒருவனே தேவன்' என்னும் வாசகம் இப்படி உதிக்கப்பட்டதே.

இந்து மதத்தை விமர்சிப்பதற்கு மாறாக அதனை சீர்திருத்துவதைப் போல திமுகவின் நடவடிக்கைகள் மாறின. இவ்வகையில் இந்து மத

சீர்திருத்தவாத அமைப்பாகவே இவைகள் தேங்கிப் போயிருப்பதைத் தேடிப்பார்த்தால் உணரலாம். *வேலைக்காரியில்* "உன்னை வழிபட்டு என்ன பயன்" என்று காளியிடம் கேட்கிறது அண்ணாதுரையின் வசனம். கோயில் கொடியவர்களின் கூடாரம் ஆகிவிடக் கூடாது என்று மட்டுமே கவலைப்பட்டது கருணாநிதியின் *(பராசக்தி)* குரல். கடவுள் காரியத்தைக் கெடுப்பவனல்ல நான், கயவர்களை எதிர்ப்பவன் நான் என்கிறது *சொர்க்கவாசல் (1954)* பட வசனம். திரைப்படத்தில் துவங்கும் நாத்திகம் குறித்த இச்சறுக்கலை இந்து மதத்திற்குள்ளேயே இருந்து கொண்டு மாற்றங்களைக் கோரியது வரை நீட்டிக்கலாம். கடைசியில் புதிய கடவுளர்களாகத் தங்களையும், புதிய மத நம்பிக்கையாக சினிமாவையும் மாற்றினார்கள்.

தேசிய நாயகர்களை உருவாக்கிக் காட்டியவர்கள் 1963 சீன ஆக்கிரமிப்பை ஒட்டி 'ரத்தத்திலகம்' போன்ற படங்களைக் கொடுத்தனர். இதேபோல சில மாயாஜாலப் படங்களையும் காத்தவராயன் போன்ற நாட்டார் வீரர்களின் கதைகளைப் படமாக்கினர். சமூகப் படங்களில் கூட மாயாஜாலம் தலை காட்டின. தேசியப் படங்களில் பாரதியார் பாடல்கள் இடம்பெற்றதென்றால், திராவிட இயக்கப் படங்களில் பாரதிதாசன் பாடல்கள் பயன்படுத்தப்பட்டன.

1970களின் மத்தியில் தமிழ்சினிமாவில் புதிய வகை சினிமாக்கள் உருவாகின. புதிய கதைக் களம், நடிகர்கள், இயக்குநர்கள், தொழில்நுட்பக் கலைஞர்களின் வருகை புதிய மாற்றத்திற்கு வழிகோலின. யாரையும் பயன்படுத்திக் கொள்ளும் அரசியல் தேவைகள் இல்லாத காலகட்டம் தொடங்கியது. இவர்களில் பலரும் திராவிட இயக்க அனுதாபிகளாகவோ, அவர்களின் அரசியல் செயற்பாட்டினால் லாபம் பெற்ற பிரிவினர் மத்தியிலிருந்தோ தான் புறப்பட்டு வந்தனர். பெரும்பாலும் தமிழக வட்டார இடைநிலைச் சாதியினர் தான் இவர்கள். அத்தகு 'மண்வாசனை' கதைகள் இடம்பெற்றன. பாரதிராஜா எனும் இயக்குநரின் வருகை இந்த வகையில் முக்கியமானது. அவரின் படங்களை முன்வைத்து வட்டாரச் சமூகச் சித்திரிப்பு பற்றி ஆய்வு செய்யப்பட வேண்டியிருக்கிறது.

1980கள் தொடங்கி 1990களின் கடைப்பகுதி வரை வெளியான கிராமியப் படங்களில் சாதியை மையமாக வைத்துப் பேசப்பட்டதில்லை. ஆனால், படத்தின் நாயகனும், கிராமமும் ஆதிக்கச் சாதி அடையாளத்தோடு சித்திரிக்கப்படுவதுண்டு. *சகலகலாவல்லவன், முரட்டுக்காளை, சங்கிலி*

முருகனின் படங்கள், ராமராஜன் படங்கள் வரை இப்போக்கைக் காணலாம். ஆனால், இப்படங்களின் கதைகளும், அடையாளங்களும் ஆழமில்லாதவை என்பதால் முனைப்பான சாதியப் படங்களாக மாறவில்லை.

1990களில் சாதிய அடையாள அரசியல் தமிழ் சினிமாவில் கூர்மை பெற்றது. சாதி சார்ந்த ரசிகத் திரட்சியும், சாதிக் கூட்டங்களில் சினிமாக் காரர்களும் இடம் பெற்றனர். தேவர் மகன், சின்னக்கவுண்டர் போன்ற வெளிப்படையான சாதியடையாளம் தாங்கிய படங்கள் பற்றி பேசப் பட்டுள்ளன. அதே வேளையில் அவ்வாறான பெயர் தாங்காமல் சாதியவாதம் பேசிய படங்கள் பற்றியும் பேசவேண்டியிருக்கின்றது. "செத்துப்போன சடலத்தைக் காவல்காக்கும் வெட்டியானாக இருப்பதை விட மறவனா இருப்பது மேல்" என்று பேசும் 'மறவன்' என்னும் படத்தை இயக்கிய மனோஜ்குமார் என்னும் இயக்குநரின் பெரும்பான்மையான படங்கள் வட்டார ஆதிக்கச் சாதியினரின் பெயரும், அடையாளமும் தாங்கியவையாகும். மறவன், பாண்டித்துரை, சாமுண்டி ஆகியன இவ்வகைப்பட்டதாகும். வி.சேகரின் படமான 'ஒண்ணாயிருக்க கத்துக்கணும்' என்னும் சமூக'ஒற்றுமை' பேசவந்த படமும் தலித் மக்களை அழுக்கானவர்களாகக் காட்டுவதும் மேட்டிமையின் அடையாளமாகக் காந்தி சிலையைக் குறியீடாக்கவும் செய்தன. இதுவும் முன்னோக்கிய மாற்றமாக இல்லை.

இன்றைக்குக் கலைநோக்கோடு படங்கள் வெளியானாலும் சாதி சார்ந்த பெருமிதமும், சாதி விமர்சனம் அறவே இல்லாமலும் தான் அவைகள் காட்சிப்படுத்துகின்றன "நாம நல்லாயிருக்கணும்கிறதுக்காக நாலு சாதிசனத்தைக் கூட்டிவந்து பெரியவங்க வச்சிருக்காங்க. நாமதானே அவங்களுக்குள் பாதுகாப்புக் கொடுக்கணும்" என்று தலித் மக்கள் மீது பரிவோடு பேசும் 'பாரதிகண்ணம்மா' வசனம் அம்மக்களின் இருப்பைக் காலிசெய்வதோடு ஆதிக்கச் சாதியினரை நம்பியிருப்பதை நியாயப்படுத்துகிறது. தேவர் மகன் படத்தில் இல்லாதவர்களுக்குப் பரிந்து பேசப் போய்தான் பெரியத்தேவர் மான உணர்ச்சியோடு இறந்து போகிறார். இப்படத்தில் ஒரே சாதிக்குள்ளே தான் ஆதிக்கவாதியையும், 'சமத்துவவாதி' யையும் சித்திரிக்கிறார்கள். ஆதிக்கச் சாதியினரை எதிர்ப்பவராக ஒடுக்கப்பட்ட சாதியினரை சித்திரிக்க முன்வராமல் அச்சாதிக்குள்ளேயே சமரசவாதியை உருவாக்கிக்காட்டும் இதுபோன்ற ஏராளமான படங்கள் உண்டு. அதேபோல ஒரு காலம் வரை சாதி சமத்துவப் பாடல்கள் இடம்பெற்று வந்த நிலைமை மாறி ஆதிக்கச் சாதிப்பிரதிகளைப் போற்றும் பாடல்வரிகள் தொடர்ந்து

இடம்பெற்று வருகின்றன. அண்மையில் வெளியான ‘வெயில்’ படத்தின் மையப் பாத்திரம் தன் வரலாற்றைச் சாதியின் வரலாற்றிலிருந்துதான் தொடங்குகிறது. அதோடு பயம் பற்றி பேசும் பாத்திரம் “பயந்தா பீய் அள்ள போவவேண்டியதுதான்” என்று பேசுகிறது. பயந்ததால்தான் இன்றைக்கு மலம் அள்ளுபவர்கள் அதனை செய்கிறார்களா? இதே போல கவனித்து இந்நோக்கில் விமர்சிக்கப்பட வேண்டிய படங்கள் தங்கர் பச்சானுடையவை. தென்தமிழகத்திற்கு மாற்றாக வடதமிழக ஆதிக்கப் பிரதிகளை உற்பத்தி செய்யும் நோக்கம் இவருடையவை. இன்றைய சூழலில் கலை நோக்கோடு சீரான கதையம்சத்தோடு பயணிக்கும் படங்கள் சாதியச் சித்திரிப்பில் ஏதாவதொரு வகையில் ஆதிக்கச் சாதி பக்கமே நின்று பேசுகின்றன. ஆனால், எந்த வகையிலும் தலித் மக்கள் பக்கம் நின்று பேசுவதேயில்லை.

தேசியம், தேசம் பற்றிய படங்களைப் பொறுத்தவரையில் தேசியத்திற்குச் சவாலாகும் இந்திய முரண்பாடுகள் பற்றி நேர்மையாகப் பணியாற்றிய படங்கள் என்று எவையுமில்லை. சமூகச் சீர்திருத்தங்களைப் பேசுவோர் இவ்வகையான படங்களில் பாவிகளாகக் காட்டப்படுவது விநோதம். தேசப்பற்று என்று முழுக்க பாகிஸ்தான் எதிர்ப்பு, இந்துமத ஆராதனை என்பவை தொடர்பானதாகிவிட்டது. 1997 இந்திய பொன்விழாவை ஒட்டி வெளியான *பம்பாய், ஐ லவ் இந்தியா, ஜெய்ஹிந்த், திருமூர்த்தி, குருதிப்புனல், இந்தியன், சிறைச்சாலை* போன்ற படங்கள் மிகுபுனைவோடும் தேசபக்தியைக் கற்பித்தன. இந்நிலையில் பெருகியுள்ள சாதி வன்முறைகள் வெறும் உள்முரண்பாடாகக் கூட கருதப்படாத சூழல் உருவாகியுள்ளது. இப்போக்கு மேலும் ஆய்வுக்குரியதாகும்.

தொழில்நுட்பங்களும், கலைத் தேர்ச்சியும் பெருகியுள்ள இக்கால கட்டத்தின் படங்கள் சாதிய அதிகாரத்திற்காக வன்முறையையும், சமத்துவமற்றப் போக்கையும் பிரதிபலிக்கின்றன. இத்தகு வாய்ப்புகள் இல்லாத காலத்துப் படங்கள் தீண்டாமைக்கு எதிராகப் பேசின. இத்தகு சித்திரிப்பிலிருந்து வளர்ந்து செல்ல வேண்டிய சினிமாவின் கருத்தியல் பின்னோக்கிச் செல்கிறது. தொழில்நுட்பம் மட்டும் முன்னோக்கி நகருகிறது. உண்மையில் எத்தகு சாதனமும் அதனை பயன்படுத்துவோரின் எண்ணவுணர்வைப் பொறுத்தே தன்னை வெளிப்படுத்தும் என்றால் இக்காலத்தில் சினிமா என்னும் சாதனத்தைப் பயன்படுத்துவதில் வினையாற்றும் சக்திகள் யார்? அவர்களின் மனோபாவம் எத்தகையது?

பயன்பட்ட நூல்கள்

1. *தமிழ்ப் பண்பாட்டில் சினிமா - கா. சிவதம்பி (2004 டிசம்பர் மக்கள் வெளியீடு, சென்னை).*

2. *சுதந்திரப் போரில் தமிழ்த்திரைப்படம் - அறந்தை நாராயணன் (1996 -NCBH வெளியீடு, சென்னை).*

3. *தமிழ் சினிமாவின் பரிமாணங்கள் விட்டல்ராவ் (2003 நவம்பர், நிழல் வெளியீடு, சென்னை).*

4. *இடைவேளை - ஸ்டீபன், இருதயராஜ் (1999 ஆகஸ்ட், வைகறைப் பதிப்பகம், திண்டுக்கல்) (புதியகாற்று ஒருங்கிணைத்த தமிழ் சினிமா அகமும் புறமும் கருத்தரங்கில் வாசிக்கப்பட்ட கட்டுரை).*

ஆண்களின் சினிமா
சில குறிப்புகள்

தமிழ் சினிமாவின் பெண்கள் குறித்த மதிப்பற்ற பதிவுகள் குறித்து எழுதக்கேட்டதும் எந்தெந்தப் படங்களை அதற்கு சான்றாக கொள்ளலாம் என்று யோசித்தபோது இதுவரை வெளியாகியுள்ள எல்லாப் படங்களையும் இப்பொருளுக்குச் சான்றாக்க முடியும் என்று தோன்றியது. பெண் உரிமையுணர்வை ஒருபக்கமாக நிறுத்தினால் அதற்கு நேரெதிராகத் தமிழ் சினிமாவை நிறுத்தலாம். இவ்வகையில் தேசிய, திராவிட, இடதுசாரி வகையில் அமைந்த படங்களையும் விதிவிலக்காகச் சொல்லமுடியாது. ஏதாவதொரு அம்சத்தில் சாதகமாக மதிப்பிடப்படும் படம் கூட பெண் குறித்த சித்திரிப்பில் பின்தங்கியே உள்ளது. தன் பார்வையாளர்களில் பாதிப்பேரை பெண்களாகக் கொண்டிருக்கும் சினிமா எப்போதுமே பெண்களைக் குறித்துக் கவலைப்பட்டதேயில்லை. இயக்கங்களுக்கு இதுபற்றியான தனிப்பார்வையேதும் இல்லை. தனித்துவமான பெண்ணிய அமைப்புகள் உருவாகவும் இல்லை. அக்கறையுடைய சிறுசிறு விமர்சனங்களும் எதிர்ப்புகளும் மட்டுமே அவ்வப்போது எழுந்துள்ளன. மாதர் அமைப்புகள் ஆண் உணர்வு உடையவர்களால் நடத்தப்படும் கட்சிகளின் துணை அமைப்புகளாகவே இருக்கின்றன. பெண்கள் குடும்பப் பிணைப்பிலிருந்து மீண்டுவந்து இந்த அமைப்புகளில் சேகரமாவதும் சாத்தியக் குறைவாக இருக்கின்றன. கட்சிகளும், சிற்சில பெண்கள் அமைப்புகளும் சினிமாவின் ஆபாச சித்திரிப்பைக் குறித்து மட்டுமே கவலைப்படுகின்றனர். பெண்ணின் உடலை பண்டமாக மாற்றும் சினிமாவின் உடல்சார்ந்த

பதிவுகள் கடுமையாக எதிர்க்க வேண்டிய ஒன்றுதான். ஆனால், ஆபாசம் என்பது சித்திரிக்கும் தோற்றத்தில்தான் இருக்க வேண்டும் என்பதல்ல. முன்வைக்கப்படும் கருத்திலும் ஆபாசம் உண்டு. தமிழ் சினிமாவில் கருத்து ஆபாசம் அதிகம் உண்டு. பெண்ணை உயர்வாகச் சித்திரிப்பதாகக் கூறும் படங்கள்தாம் அவ்வாறான ஆபாசங்களைச் சொல்கின்றன. வழக்கமான ஆண்பார்வையிலான படம் பெண்ணுக்கு எதிரான கருத்தியல் வன்முறையை வெளிப்படையாகச் சொல்கிறது. பெண்பாத்திரங்களைப் பொருட்டாகக் கூட கருதாமல் ஆண்மயமாகவே இப்படிப்பட்ட படங்கள் உருவாக்கப்படுகின்றன என்றால், பெண்ணுக்காக அக்கறைப்படுவதாகக் கூறும் படங்கள்தான் அவர்களைக் காட்சி ரீதியாக மட்டுமின்றி உரையாடல் ரீதியாகவும் ஆபாசப்படுத்தி விடுகின்றன.

அதிகாரம் நேரடியாகவும், மறைமுகமாகவும் செயல்படுகிறது. நேரடியான அதிகாரம் நம் கண்ணுக்குத் தெரிகிறது. நம் உடலை கட்டுப்படுத்துகிறது. மறைமுகமான அதிகாரம் நம் கண்ணுக்குப் புலப்படாதது. நம் சிந்தனையைக் கட்டுப்படுத்துகிறது. சாதியால், பாலியல் வேறுபாட்டால், மதத்தால், நிறத்தால், வர்க்கத்தால், மொழியால் ஒடுக்கப்பட்ட யாரும் கண்ணுக்குத் தெரிகிற அதிகார வன்முறையிலிருந்து விடுபட்டாலும் சிந்தனையளவில் தமக்குத் தொடர்ந்து அடிமைப்பட்டிருக்க வேண்டும் என்று ஆதிக்க அமைப்பு விரும்புகிறது. அரசு, இராணுவம், காவல்துறை, சட்டம் போன்ற கண்ணுக்குத் தெரிகிற மையங்களுக்கு எதிராக மட்டுமே போராட்டம் நடத்தப்படுகிறது. என்றாலும் அதிகார கண்ணியிலிருந்து சிந்தனையளவில் விடுபட முடிவதில்லை. பண்பாடு, கலை, இலக்கியம், பழக்க வழக்கங்கள், சொல்லாடல்கள் ஆகியவற்றின் மூலம் மறைமுகமாகக் கட்டுப்படுத்தப்படுகிறோம். மேலை நாடுகளில் ‘அந்தோனியோ கிராம்ஷி’ போன்றோர் இது தொடர்பான கோட்பாட்டை வளர்த்திருந்தாலும் இந்தியாவில் இப்பிரச்சினை நீண்ட காலமாகவே பேசப்பட்டு வந்துள்ளது.

உடல், மனம் ஆகிய இரண்டின் மீதும் பெண் மீதான அதிகாரம் கட்டப்பட்டுள்ளது. குடும்ப அமைப்பிலிருந்தும், ஆணின் பிடியிலிருந்தும் விடுபட முடியாத பெண்களை, கற்பு, பத்தினி போன்ற சொல்லாடல்கள் மூலம் சிந்தனையளவிலும் அடக்கிவைத்துள்ளனர். புராணங்களினாலும், கதைகளினாலும் பெண்ணுக்கு எதிரான கருத்துகள் சொல்லப்பட்டு வந்தன. தமிழ் புராணங்களை மையப்படுத்திய நாடகங்களிலிருந்து பிறந்த தமிழ்ச் சினிமாவில் அந்நாடகங்களின் கதைகளும் அப்படியே இடம்பெயர்ந்தன.

ஆணை வழிபடும் பெண்கள், குடும்பக் கடமையையே உயிரென ஓம்பும் பெண்கள், தாசி வீட்டுக்குச் சென்று திரும்பும் ஆணுக்காகக் காத்திருக்கும் தியாகம் செய்யும் பெண்கள் இப்படங்களில் இடம்பெற்றனர். ஆனால், தொடக்கக் காலப்படங்களில் பெண்கள் நடிக்க முடியவில்லை. நாடகம், நடனம் போன்ற பொதுவெளிகளில் பங்கேற்கும் பெண்களின் நடவடிக்கைகள் பாலியல் ஒழுங்கின்மையோடுதான் அன்றைக்குப் பார்க்கப்பட்டன. இந்நிலையில் நாடகமும், சினிமாவும் கூட பெண்களுக்கு மறுக்கப்பட்டது. தமிழ்ச் சமூகத்தில் நாவல் அறிமுகமானதும் அதனை பெண்கள் வாசிக்க முடியவில்லை. எந்தப் புதியவடிவம் அறிமுகமானாலும், அதனைப் பெண்களிடம் அறிமுகப்படுத்துவதில் ஆண்கள் தயக்கம் காட்டினர். பண்பாட்டையும், ஒழுக்கத்தையும் பெண்ணை மையப்படுத்தி மட்டுமே உருவாக்கியுள்ள ஆண்சமூகம் எந்தவொன்றினாலும் அவர்கள் விடுபடாத வண்ணம் கண்காணித்தும் வந்தது.

தொடக்கக் காலச் சினிமாக்களில் நடிக்க வந்தவர்களில் பெரும்பான்மையோர் தேவதாசி வகுப்பைச் சேர்ந்தவர்களாய் இருந்தனர். குடும்பவெளிக்கு அப்பால் நிறுத்தப்பட்ட இப்பெண்களை நடிக்க வைப்பதில் எந்தப் பிரச்சினையும் இருந்திருக்கவில்லை. சமூகவெளியில் பார்த்த 'இழிவோடு' திரைப்படத்தில் அவர்களைப் பார்ப்பதில் இந்து சமூகத்திற்குப் பிரச்சினை ஏதும் இருந்திருக்கவில்லை. பெண்கள் சினிமாவில் நுழையவும், பார்க்கவும் இத்துணை சிரமங்கள் இருந்ததெனில், திரையில் எவ்வாறு காட்டப்பட்டிருப்பார்கள் என்பதை யூகிக்க முடிகிறது. 1935இல் வெளியான 'மேனகா' தொடங்கி காந்தியவாதப் படங்களில் பெண் பாத்திரங்களைச் சற்றே பொருட்படுத்தினர். ஹரிஜன பெண்களாவும், நூல் நூற்பவர்களாகவும் பெண்கள் படைக்கப் பட்டனர். என்றாலும் அப்பாத்திரங்கள் இந்து மதம் மற்றும் பண்பாடு தரும் வெளிக்குள்ளேதான் இயங்கின.

1931 தொடங்கி 1960 வரையிலான படங்களின் கதைகள் புராணக் கதைகளையே கச்சாப் பொருளாக்கிக் கொண்டன. பெண்ணாகப் பிறந்தால் துன்பம்தான் வரும் அதனை ஏற்பதே கதியென்று துன்பத்தை ஏற்று 'ஆறுதலடையும்' பெண்கள், குடும்பக் கடமைக்காகத் தங்களை அர்ப்பணித்துக் கொள்ளும் பெண்கள், பிறரை நாடும் / மணக்கும் கணவனுக்காகக் காத்திருக்கும் பெண்கள், கணவனின் கொடுமையைத் தாங்கிக் கொள்ளும் பெண்கள் என்று பலவகையான கதைகள் படங்களாயின. தொடக்கக் கால இப்படங்களின் அம்சங்கள்தாம் இன்றுவரையிலும்

நம் சினிமாவில் ஆளுமை புரிகின்றன. பெண்ணின் தியாகத்தையும், வஞ்சகத்தையும் ஒரு சேர போற்றுகின்றன புராணமும், சினிமாவும். பெண்ணடிமை கருத்துகளைச் சொல்லுவதிலும், பரப்புவதிலும் புராணங்கள் வகித்து வந்த இடத்தினை நவீனகாலத்தில் சினிமா எடுத்துக்கொண்டு விட்டது.

பெண்ணின் தியாகம் பண்பாட்டின் அம்சமாகச் சொல்லப்படுகிறது. தவறுசெய்து நோயாளியான கணவனைக் கூடையில் வைத்துச் சென்று காப்பாற்றும் நளாயினியைப் போல், மனைவியைக் காப்பாற்றும் கணவன் இல்லை. அதேபோல பல பெண்களோடு தொடர்பு வைத்திருந்த கணவனை மனைவி திருத்துகிறாள். அப்படியொரு பெண்ணையோ, அவளுக்காகக் காத்திருக்கும் ஆணையோ கூற முடியுமா? இவ்வாறு பலவகையான தியாகங்கள் பெண்களுக்கு மட்டும் போதிக்கப்படுகின்றன.

இந்திய அளவில் தியாகம் என்பது நீங்காத தொன்மம். ஏதோ நன்றிக்காகத் தன்னை - தன்னைச் சார்ந்த நலனை அர்ப்பணிப்பதைத் தியாகம் என்கிறோம். பெண்ணின் தியாகம் ஆணுக்கானதாகவே இருக்கும். ஒடுக்கப்பட்டவர் தன்னை ஆதிக்கச் சக்திக்காக இழப்பது நன்றியுணர்வாகவும், ஆதிக்கச் சக்தி அவர் நலனுக்காகவோ, பிறருக்காகவோ தன்னை இழப்பது அவருக்கான கூடுதல் அதிகார விரிவாகவும் மாறுகிறது. இவ்வாறு தியாகம் பல அர்த்தங்களில் செயற்படுகிறது. பெண்களுக்காகப் பேசியதாகச் சொல்லும் ஆணும், தீண்டப்படாதவனுக்காகப் போராடியதாகச் சொல்லும் ஆதிக்கச் சாதிக்காரனும் தங்களின் 'தியாகத்தினை' மற்றுமோர் அதிகாரமாகவே பயன்படுத்துகின்றனர்.

அதேபோல சினிமா, நாடகம், பட்டிமன்றம் ஆகியவற்றில் ஆணின் தாராள மனப்பான்மையும், பெண்ணுக்குப் பெண்ணே எதிரி எனும் கருத்தமைவும் தொடர்ந்து சொல்லப்படுகின்றன. பெண்ணின் சமூகவெளிக்கான சாவியைத் தன்னிடம் வைத்துக்கொள்ளும் ஆண், வீட்டை மட்டும் பெண்ணுக்கான பகுதியாக்கி உலவவிடுகிறான். வீடு எனும் குறுகிய எல்லைக்குள் ஆட்டுவிப்பவளைப் போல அவள் செயற்பட்டாலும் அவளுக்காக எதையும் செய்து கொள்வதில்லை. பெண் கொள்ளும் ஆசை, உழைப்பு, தன்னலம் எல்லாம் ஆணுக்கானது. பெண்ணின் இத்தகைய குணங்களைக் கொண்டுதான் தன்னலம் உள்ளவள் என்று மேலோட்டமான சித்திரிப்புகளால் சொல்லப்படுகிறாள். இதில்

தலையிடாத ஆண் தாராளவாதியாகவும் சொல்லப்படுகிறான். தாயா? தாரமா? மாமியாரா? போன்ற தலைப்புகளில் பெண்ணுக்குப் பெண்ணே எதிரி என்று நிறுத்தப்படுகிறாள். குடும்பம் ஒன்றில் மருமகளை வரதட்சணை கேட்கும் மாமியார் அதனை தன் மகனுக்காகவே கேட்கிறாள் என்னும் எதார்த்தம் மறைக்கப்பட்டு வெளியே நிற்கும் ஆண் காப்பாற்றப்படுகிறான். பிரச்சினைக்கு மூலமான ஆண் என்னும் மூன்றாம் வாயிலை இந்த ஊடகங்கள் மறைத்து விடுகின்றன. இதுபோன்ற 'ஆழமான கருத்து' களைத் தாங்கிய விசு போன்றோரின் குடும்பப் படங்கள் ஏராளமுண்டு.

தொடக்கக் காலப் படங்களில் தாசி தொடர்பான கதைகள் பெரும்பாலும் இடம்பெற்றன. குடும்ப ஆண்களைக் கெடுப்பவர்களாக அவர்கள் தாம் காட்டப்பட்டனர். (பெண்ணுக்கு பெண்தானே எதிரி). இக்கால "தமிழ்ப் படங்களில் ஆண்கள் நாடும் பிற பெண்கள் எல்லாம் தாசிகளாகவோ, நாட்டியக்காரிகளாகவோ சித்திரிக்கப்பட்டிருப்பது குறிப்பிடத்தக்கது" (பக்: 82) என்கிறார் கோவிந்தன். தேவதாசி வகுப்பினர் நாட்டியத்தோடு தொடர்புடையவர்கள். இதனோடு தொடர்புபடுத்திக் கொள்ள வேண்டிய செய்தி இது. நாடகங்களிலோ, கரகாட்டங்களிலோ ஆடும், பெண்கள் பற்றி உயரிய எண்ணம் இப்போது கூட நம் சமூகத்தில் இல்லை. நடிகைகளைக் கூட அப்படித்தான் பார்க்கிறோம் என்பதை குஷ்பூ பிரச்சினையில் கண்டோம். சில்க் ஸ்மிதா, டிஸ்கோ சாந்தி போன்ற கவர்ச்சி நடன நடிகைகளையும் சினிமா இவ்வாறுதான் சித்திரித்தது. அது போன்ற நடிகைகளைப் பிற நடிகைகள் அளவிற்கும் கூட பார்க்கப் பழகாத மனங்களே நம்முடையவை. ஆண்களைப் பெயர் சொல்லி அழைக்கும் நிலைமை உருவாகியுள்ள இன்றைய உலகமயச் சூழல் கவர்ச்சி நடிகைகளை இல்லாமல் ஆக்கிவிட்டது. பெண் உடல் உலக அளவில் மிகச் சாதாரணமாக அழகிப் போட்டிகளில் உலாவரும் நிலையில் கதாநாயகிகளே எல்லாமுமாக மாறிவிட்ட சாதாரண சூழல் இது என்றாலும் பெண்ணின் வெளியைத் தீர்மானிக்கும் பொறுப்பை ஆண்களே இறுக்கமாகப் பிடித்திருக்கிறார்கள்.

நல்ல கல்வியும், பலபேர் மத்தியில் பேசவும் பழகவுமான துணிச்சலும், உடையைத் தேர்வுச்செய்வதில் சுதந்திரமும் கொண்ட பெண்களை சினிமா அங்கீகரிக்கவில்லை. பேசாமடந்தையாகவும், குனிந்த தலையோடு அச்சம் நிரம்பியப் பெண்ணாகவும், புடவை அணிந்தவளாகவும் உள்ள பெண்களைக் குடும்பப் பெண்களாகவும், பண்பாட்டிற்கு உகந்த

பெண்களாகவும் காட்டுகின்றனர். ஏராளமான படங்கள் இவ்வாறுண்டு. பெண்களை இழிவுப்படுத்துவதற்கும் சூப்பர் ஸ்டார் உருவாக்கத்திற்கும் தொடர்ச்சியாகத் தொடர்புகள் இருந்துவருகின்றன. “பொண்ணா பொறந்தா ஆம்பளக்கிட்ட கழுத்தை நீட்டிக்கணும்” (உரிமைக்குரல்), “இப்படித்தான் இருக்கவேணும் பொம்பள - இங்கிலீசு படித்தாலும் இந்தத் தமிழ் நாட்டுல” (விவசாயி) என்று எம்.ஜி.ஆர் முதல் ரஜினி, விஜய், சிம்பு வரை ஒப்புவிக்கின்றனர். பார்த்தால் கும்பிடத்தோணும் தமிழ்ப் பொண்ணுக்காகப் படையப்பாவிலும், சிவாஜியிலும் ஏங்கி நிற்கும் ரஜினியின் பல படங்கள் பெண்களைக் கருத்தியல் ரீதியாகவே ஆணுக்குக்கீழ் அடங்கக் கூறும் வகைப்பட்டதேயாகும்.

‘மன்னன்’ என்னும் படத்தில் படிப்பிலும் அறிவிலும் சிறந்த நாயகி தொழிற்சாலையை நிர்வகிப்பதில் ஆண்களிடையே போட்டிப்போட்டு வெற்றி பெறுவாள். நாயகன் அத்தொழிற்சாலையில் பணிபுரியும் தொழிலாளி. இக்கதையை அப்படியே நீட்டித்திருந்தால் சிறப்பான படமாக ஆகியிருக்கும். ஆனால், பெண்ணின் அத்தகு ஆளுமையை “திமிர்” என்பதாக மாற்றி அத்திமிரை சூப்பர் ஸ்டார் அடக்குகிறார். எப்படித் தெரியுமா? அவளை வீட்டிலேயே இருத்திவைத்துச் சமைத்து, கணவனுக்குச் சாப்பாடு கொடுத்து வேலைக்கு அனுப்பி வைத்த பின்னால் அவன் வரவுக்காகக் காத்திருக்கிறார். இதைவிட பெண்ணடிமை படம் வேறு இருக்க முடியுமா? (ஆணுக்குப் பெண் அடங்கியவளே என்னும் கருத்து இது) சூப்பர் ஸ்டாராக விரும்பும் விஜய்யின் கடந்த சில படங்களையும், பெண்ணையே முழுக்க எதிர்நிலை பாத்திரமாக நிறுத்தும், ‘வருங்கால சூப்பர் ஸ்டார்’ சிம்புவின் படங்களையும் இவ்வகையில் கூறமுடியும் ‘தமிழ்ப் பெண்ணை’ விரும்பும் இவர்கள் பாடல் காட்சிகளில் அவளைத் ‘தமிழ்ப் பெண்ணாக’ காட்டுவதில்லை. இது முரண் போலத் தோன்றும். ஆனால், இது முரணில்லை. பெண்ணை ‘ஒரு புறம் பண்பாட்டின் நாயகியாகவும், மறுபுறம் பண்டமாகவும் பார்க்கும் உலகமய இந்துத்துவச் சூழலின் அங்கம்தான். கதையமைப்பில் ஆண் பெண் போட்டியை உருவாக்கி ஆணே இறுதியில் வெற்றிபெறுவதாகப் படத்தை முடிப்பது, ஆணின் வெற்றிக்குப் பெண்மீது சுமத்தப்பட்டுள்ள கற்பு, மானம், பண்பாடு ஆகியவற்றைப் பயன்படுத்திக் கொள்வதும் இவர்களின் திரையுலக நியாயம்.

◎

இந்தியாவில் வேறெந்த மாநிலத்திலும் இல்லாத அளவிற்குச் சமூகப் பார்வையோடு உருவான இயக்கம் திராவிட இயக்கம். சுயமரியாதை இயக்கத்தின்போது பெரியார் ஈ.வெ.ரா அவர்களால் பெண்களின் உரிமை குறித்து மிகத் தீவிரமான கருத்துகள் பேசப்பட்டன. அவர் நடத்திய குடியரசு இதழில் நிறைய பெண்கள் எழுதினர். நீதிக்கட்சியோடு இணைந்து திராவிடர் கழகமாக அவர் மாறிய போது கருத்து வன்மையும், ஆற்றலும் கொண்ட இளைஞர்கள் அவரோடு இருந்தனர். மேடைகளிலும், நாடகங்களிலும், ஏடுகளிலும் தமிழை அடுக்குமொழியாகவும், அழகுறுமொழியாகவும் அவர்கள் பயன்படுத்தினர். அவர்களின் மொழியாளுகையிலேயே பெண்களைக் குறித்த வர்ணணைகளும், உருவகங்களும் வெளிப்பட்டன. திராவிடர் கழக இளைய தலைமுறையினரின் கலை - இலக்கிய நடவடிக்கைகளுக்குக் கூட்டம் கூடுகிறது என்பதால் சினிமா உலகம் அவர்களை வரவேற்றது. பெரியாரோடு இருந்துகொண்டே அரசியல், சினிமா உள்ளிட்ட தளங்களில் செயற்பட முடியாத குழுவினர் திமுகவை உருவாக்கினர். திமுக உருவான 1949லேயே அண்ணாதுரையின் இரண்டு நாடகங்கள் படமாயின. வெகுஜன பரப்பை பெருக்குவதற்கும், தீவிர எதிர் அம்சங்களைக் கைவிடுவதற்கும் தேவை உருவானது. தமிழர் வடவர் எனும் மங்கலான முரணை உணர்ச்சிப்பூர்வமான சொல்லாடலாக மாற்றி அம்முரண்பாடுகளைத் தாண்டி வேறெந்தச் சமூகச் சிக்கலையும் பேசமுடியாத நிலைமையை ஏற்படுத்தினர். சமூகப் பரப்பில் நெடுங்காலமாக நிலவிவரும் பழக்கவழக்கங்களை மாற்றியமைப்பதற்கு மாறாக அதனை புதியவடிவில் மாற்றிப் பேசியவர்களாக அவர்கள் இருந்தனர். அந்த வகையில் பெண் குறித்த பழமையான பார்வையையே பிரதிபலித்த இவர்கள் அதனை புதிய வடிவில் தந்தனர் அவ்வளவுதான். 1949-க்குப் பிறகு பெரியாரும் பெண் விடுதலை தொடர்பான விஷயங்களில் முனைப்பைக் காட்டவில்லை. திமுகவினரின் எழுத்துகளில், படங்களில், நாடகங்களில் பெண்ணை ஆண் பார்வையிலேயே பதிவு செய்தனர். கற்பை மறுத்த பெரியாரை தலைவராக அறிவித்த திமுக தமிழ்க்கற்பை கண்ணகியின் பேரில் வலியுறுத்தியது.

பெரியாரின் தீவிரத் தொண்டராய் இன்றுவரையிலும் விளங்கும் திருவாரூர் கே. தங்கராசு எழுதிய நாடகமான ரத்தக்கண்ணீர் எம்.ஆர். ராதாவால் பலமுறை மேடையேற்றப்பட்டது. எம்.ஆர்.ராதாவின் சூழல் சார்ந்த வசனங்களைக் கொண்ட இந்நாடகம் சினிமாவாகவும் அவராலேயே நடிக்கப்பட்டது. பகுத்தறிவுக் கருத்துகளைப் பேசும் இப்படம்

சிலப்பதிகார கதையைத் தழுவி எழுதப்பட்டதாகும். தாசிகளோடு பழக்கம் கொண்டால் குஷ்டம் வரும் என்ற அறிவியலற்ற செய்தியைச் சொன்ன படம். ஏற்கெனவே 'டம்பாச்சாரி விலாசம்' என்ற படமும் இதுபோன்ற செய்தியைச் சொல்லியது.

ரத்தக்கண்ணீர் படத்தில், செல்வந்தன் ஒருவனை சீரழிப்பவளாகத் தாசியைக் காட்டியுள்ளனர். அதோடு சீரழியும் செல்வந்தன் ஐரோப்பிய நாகரிக மோகம் கொண்டவனும் கூட. ஐரோப்பிய நாகரிகத்தின் சீரழிவாகவும் இப்பிரச்சினையை இப்படத்தில் பார்க்கின்றனர். ஐரோப்பிய நாகரிக விரும்பியான நாயகன் தன் மனைவி நண்பனிடம் மறுமண ஆசையைச் சொல்லுவதைக் கேட்கும்போது இந்தியப் பிரதியாகவே காட்சியளிக்கிறான். அதேபோல தன்னை விட்டுப்பிரிந்து தாசியை நாடிய தன் கணவனுக்காகக் கதை முழுவதும் அழும் நாயகிக்கு மறுமணம் என்பதையும்கூட நாயகனின் மரணத்திற்குப் பிறகு, அதுவும் நாயகனின் விருப்பத்தினால் நடப்பதாகத்தான் காட்டப்பட்டுள்ளது. தாசிகள் மீதான வஞ்சகித் தோற்றம், குடும்பப் பெண்களின் ஏகபத்தினி விரதம் போன்றவற்றை மாற்றிக்கொள்ளாத இப்படம் ஆணுக்கு மாற்றிக்கொள்ளும் வசதியை வழங்கியுள்ளது. அதேபோல நாத்திகம் / பகுத்தறிவுவாதம் பேசும் பாத்திரத்தை எதிர்நிலை பாத்திரமாக காட்டுகிறது. தொடர்ச்சியாகத் தமிழ் சினிமாவில் மணிவண்ணன், சத்யராஜ் வரை நாத்திகம் பேசுபவர்களை வில்லன்களாகவே இன்றுவரை காட்டி வருகின்றனர். அடுத்து மேலை நாட்டுத் தொடர்பை மோசம் என்றும், பண்பாட்டுக்கு அழிவு என்றும் கருத்தியல் வேறுபாடில்லாமல் எல்லோரும் ஒரே குரலில் பேசி வருகின்றனர். மேலைநாட்டு நாகரிகத் தொடர்பு கொண்ட பெண்ணும் நம் படங்களில் மோசமாகவே சொல்லப்படுவது மற்றுமொரு சிக்கல். மாட்டுக்கார வேலன், பட்டிக்காடா பட்டணமா, பெரிய கவுண்டர் பொண்ணு போன்ற படங்களை இவ்வாறு கூறலாம்.

இதேபோல கருணாநிதியின் மனோகரா, பராசக்தி படங்களையும் பார்க்க முடியும். பராசக்தியில் கற்பை இழக்கும் தங்கையைக் காட்டும் கருணாநிதி மனோகராவில் தமிழ் மன்னனை மயக்கும் வட நாட்டு 'வஞ்சகி'யைக் காட்டுகிறார். அம்மன்னனுக்காகச் சீர்குன்றாமல் கற்பை காத்து நிற்கிறாள் தமிழ்த்தாய். ஒன்றும் அறியாத மன்னனை மயக்கிய தாசியை "கைபர் போலான் கணவாய் வழியே வந்த குள்ளநரி கூட்டமே" என்று கூறுகிறான் மனோகரன். எம்.ஜி.ஆரின் படங்களில் பெண்களுக்கு

ஆண்கள் மீது காதல் கொள்ளுவதுதான் வேலை. எப்போதும் எம்.ஜி.ஆர் அந்தப் பெண்களை முதலில் விரும்புபவராக இருக்கமாட்டார்.

1960களில் ஸ்ரீதர், பாலச்சந்தர் போன்ற இயக்குநர்கள் வருகைப் புரிந்தனர். 1960களின் மத்தியில் தாம் இந்திராகாந்தியும் தேசிய அரசியலில் நுழைந்தார். இக்காலப் படங்களில் பெண்பாத்திரங்கள் முக்கிய இடத்தினை பெற்றன.

1962-இல் வெளியான ஸ்ரீதரின் 'நெஞ்சில் ஓர் ஆலயத்தில்' நோயாளியான கணவன் தனக்குச் சிகிச்சை அளிக்கும் டாக்டர்தான் தன் மனைவியைத் திருமணத்திற்கு முன் காதலித்தான் என்று அறிகிறான். தான் மரணமடைந்து விடுவோம் என்று நினைக்கும் கணவன் மரணத்திற்குப் பிறகு மனைவியை மறுமணம் செய்துகொள்ள டாக்டரிடம் வேண்டுகிறான். ஆனால், இயக்குநர் டாக்டரை சாகடித்துக் கணவனை மனைவியோடு வாழவைக்கிறார். சமூக மாற்றங்களினால் வாழ்க்கை மதிப்பீடுகளும் ஏற்பட்ட காலத்தில் நாடகத்திலிருந்து திரைப்படம் எடுத்தார் பாலசந்தர். பழைய மதிப்பீடுகளும், புதிய மதிப்பீடுகளும் சந்திப்பதனால் எழும் சிக்கல்களைக் குறித்துப் பெண் பாத்திரங்களை மையப்படுத்தி சில படங்களை அவர் உருவாக்கினார். அது போன்ற சூழலில் படைப்பாளனின் பார்வை ஆணுக்குச் சாதகமாகத்தான் நின்றன. பாலச்சந்தரின் 'கல்கி' வரையிலான படங்கள் முற்போக்காகத் தெரிந்தாலும் பாதிக்கப்படுவது பெண்ணாகவே இருக்கிறாள். நகர்ப்புற நாகரிக அம்சங்கள் கிராமங்களில் நுழைவதைப் பெண்களை மையமாகக் கொண்டு மோகன் - தேவராஜ் *ரோசாப்பூ ரவிக்கைக்காரி* (1975) படத்தில் காட்டினர். ஆணை எப்போதும் அப்பாவியாகக் காட்டுவதும் பெண்ணுக்குச் சாதகமாகப் பேசுவதாகச் சென்று அவர்களை மோசமாக்கி காட்டுவதும் கே.பாக்யராஜின் 'நல்ல' படங்களின் வேலை. கருத்தியல் ஆபாசத்தின் முன்னோடி அவர் (அந்த 7 நாட்கள், முந்தானை முடிச்சு போன்ற படங்கள்). கடந்த 20 ஆண்டுகளில் வெளியாகியுள்ள படங்கள் ஒவ்வொன்றையும் இந்தப் பார்வையில் எடுத்துப் பேசமுடியும். ஒவ்வோர் இயக்குநரும் அத்துணை இழிவோடு பெண்களைப் படைத்துக்காட்டி விட்டனர்.

1990களில் நிலப்பிரபுத்துவ சாயல் கொண்ட நாட்டாமை வகையறா படங்களில் பெண்ணை நோக்கி குடும்பம் குறித்த உபதேசங்கள் ஏராளம். கல்லூரிகளில் பெண்கள் பரவலாகப் படித்தவந்த காலத்தில் "பிள்ளைகளை நீ சுமக்கும் பருவமடி, புக்ஸையெல்லாம் நீ சுமந்தால் பாவமடி / காளை

மாட்டுக்குக் காம்பெதுக்கு கன்னிகழியப் படிப்பெதுக்கு" போன்ற பாடல்கள் ஒருபுறம். தாலி, கற்பு, பற்றிய கற்பிதங்கள் மறுபுறம். கவர்ச்சியையோ ஆபாசத்தையோ சித்திரிக்காமல் குடும்பத்தோடு படம் பார்க்கும் வகையில் படமெடுக்கும் விக்ரமனின் ஒவ்வொரு படத்திலும் நாயகன் குறித்த கழிவிரக்கத்திற்காகவே பெண்ணால் ஏமாற்றப்பட்டதாக நாயகனைப் பதிவு செய்வது படந்தோறும் தொடரும் ஆபாசம். கெட்டவர்களைக் குருதி வழிய கொல்லுவது பெண்களை மானபங்கப்படுத்துபவர்களை அழிப்பதெல்லாம் நம் கதாநாயகர்களின் மேலான பணி. உண்மையில் படங்களில் சித்திரிக்கப்படும் இக்கெட்டவர்களைவிட இந்தக் கதாநாயகர்களும் இயக்குநர்களும் தான் வன்முறையாளர்கள். இந்த அம்சங்கள் சமூகக் கேடுகளைச் சொல்லுவதைக் காட்டிலும் அதனை அழிக்கும் ஹீரோக்களுக்காகவே உருவாக்கப்படுகின்றன.

கே.செல்வபாரதியின் 'ப்ரியமானவளே' படமும், சுந்தர்.சி.யின் 'முறைமாமனும்' ஆண்களின் வலுக்கட்டாய நடவடிக்கைகளுக்கு எதிராக கோபப்படும் பெண்களைப் பண்பாடு என்னும் ஆயுதத்தால் மிரட்டி தங்களுக்குத் தாங்களே குற்றவுணர்வு அடையச் செய்யும் பதிவுகளைக் கொண்ட படங்கள். இதில் செல்வபாரதி திராவிட இயக்க அபிமானி என்பது கூடுதல் செய்தி. இவரின் படங்களில் வேளாள கவுண்டர் சமூகக் குடும்ப அமைப்பு, சொத்துடைமை ஆகியன எவ்வித விமர்சனமும் இல்லாமல் சொல்லப்பட்டு வருகின்றன. குடும்பம் என்னும் அமைப்பிற்குள் அடங்கி கிடப்பதே மகிழ்வானது என்றும், கொலையும் செய்வாள் பத்தினி என்றும் சொல்லும் படம் 'அம்முவாகிய நான்'. பெண்களின் பாலியல் உறுப்புகளைக் காட்டவில்லை என்பதாலேயே இதனை ஆபாசப் படம் இல்லையென்று ஊடகங்கள் பாராட்டுகின்றன. 'விருது' எனும், உயரிய மரியாதை பெறும் பொருட்டு பெண்ணொருத்தியை ஆண் பலியாக்கும் சினிமா இது. போலியான பேச்சினாலும், ஒப்பனை பூசிய நடவடிக்கைகளாலும் தமிழ் அரசியல் பேசும் தங்கர் பச்சானின் அழகி, சொல்லமறந்த கதை, தென்றல், பள்ளிக்கூடம் ஆகிய அனைத்தும் ஆண்களின் படம். இலக்கியம், தமிழ் என்று இவர் பேசும் அடையாளமும் பெண்ணின் உணர்வுகளை மதிக்க மறுப்பவை என்பதை தென்றல் எனும் படம் மூலம் அறியலாம்.

பெண்ணின் பார்வையில் சொல்லப்பட்ட படமோ, பெண்ணை மையப் படுத்திய கதையோ, பெண்களால் எடுக்கப்பட்ட படமோ இதுவரையிலும் உருவாகவில்லை. பெண்ணை நாயகியாக்கிய சில படங்கள் சாகசத்தின் மிகுபுனைவைக் கூறிய படங்களாகவே இருக்கின்றன. 'இந்திரா' போன்ற

ஓரிரு படங்கள் பெண்களால் இயக்கப்பட்டன. ‘அவள் அப்படித்தான்’ போன்ற படங்களில் பெண்ணின் சுய ஓரளவே பேசப்படுகிறது. இவையெல்லாம் விதிவிலக்குகளாகக் கூட சொல்லமுடியாத அளவிற்கு மிகவும் குறைவாகும்.

எல்லாப் புலங்களிலும் அடிமையாக வைக்கப்பட்ட பெண்கள் சினிமாவை சந்தித்ததும் பழைய தொடர்ச்சியில் தாம். எனவே சினிமாவில் சொல்லப்பட்ட கருத்துகள் ஒன்றும் பெண்களுக்குத் தெரியாமலிருக்கலாம். ஆனால், பெண்களுக்கு அது தெரிய வேண்டும் என்பதே முக்கியம். முற்றிலும் எதிரானவைகளில் இருக்கும் ஆபத்தைப் போலவே சாதகமான அம்சங்களிலும் ஆபத்துகள் இருப்பதுண்டு. சமூகத்தின் அடிப்படையான சிக்கல்கள் மீது விமர்சன பார்வை உருவாக்கப்படாத பட்சத்தில் நிலவும் சொல்லாடல்கள் அனைத்தும் அதிகாரத்திற்கான பிறிதொரு தயாரிப்பாகவே இருக்கும்.

தமிழ் சினிமாவை ரசிப்பதில் தமிழர்களுக்கு எப்போதுமே தொல்லை ஏற்பட்டதில்லை. தமிழ்ச்சமூகம் எவ்வாறு இயங்க நினைக்கிறதோ அம்மனநிலைக்கு ஏற்பவே படங்கள் வெளியாகி வருகின்றன. கடவுளை மறுத்துப் பகுத்தறிவை நிரப்பிய இடத்தில் சினிமா எனும் மூடநம்பிக்கை நிரம்பிவிட்டது. கடவுளின் இடத்தைக் கதாநாயகன் எடுத்துக் கொண்டு அறிவு மறுப்பையும், மந்தைத் தனத்தையும் ஊட்டுகிறான். இப்போது தமிழ்ச்சமூகம் சினிமா மயமாகிவிட்டது. சினிமாவில் ஏதாவது இருந்தால் தானே சமூகத்தில் பிரதிபலிக்கும். சட்டியிலும் இல்லை அகப்பையிலும் இல்லை. அவ்வளவுதான்!

(மக்கள் திரைப்படக் கழகம் நடத்திய பெண்திரை குறித்த கருத்தரங்கில் வாசிக்கப்பட்ட கட்டுரை).

கறை படிந்த நீதி
(பருத்திவீரன் வரையிலான வட்டாரப் படங்களில் சாதிய சித்திரிப்புகள் குறித்து)

"**ம**னிதர்களே நாம் உங்களை ஆணிலிருந்தும் பெண்ணிலிருந்தும் படைத்தோம். பிறகு நீங்கள் ஒருவருக்கொருவர் அறிமுகமாகிக் கொள்ளும் பொருட்டு உங்களைச் சமூகங்களாகவும் கோத்திரங்களாகவும் அமைத்தோம்" (திருமறை 49:13) என்னும் குரானின் வாசகத்தோடு பருத்திவீரன் படம் துவங்குகிறது. தொழில் பகைமை மற்றும் 'கீழான' சாதிக் காரணமாக தேவர் சமூகத்தவரால் கொலை செய்யப்படும் குறத்தியின் மகளை விசுவாசத்தின் பொருட்டு தேவர் சமூகத்தைச் சேர்ந்த ஒருவரே திருமணம் செய்துகொள்ளும்போது சொந்தச் சாதியினர் ஏற்க மறுக்கின்றனர். விபத்தொன்றில் இறந்துபோகும் அத்தம்பதியினரின் மகன் மீதும் (பருத்திவீரன்) 'ஈனசாதி' பிறப்பு காரணமாகப் பேதம் பேணப்படுகிறது. அவன் தான்தோன்றியாகவும், சண்டியராகவும் வளர்கிறான். மறுபுறத்தில் சிறு வயதில் ஆபத்திலிருந்து காப்பாற்றிய காரணத்தால் பேதம் பாராட்டும் மாமனின் (கழுவச்சேர்வை) மகள் முத்தழகு பருத்திவீரன் மீது தீராத காதலோடு வளர்கிறாள். ஒரு கட்டத்தில் அவள் காதலைப் புரிந்துகொள்ளும் பருத்திவீரன் அவளோடு ஊரைவிட்டு வெளியேறுகிறான். ஆனால், சண்டியரின் தீய நண்பர்களாலேயே முத்தழகு பாலியல் வல்லுறவு செய்யப்பட்டு இறந்து போகிறாள். அவளைப் பருத்திவீரன்தான் கொன்றான் என்னும் பழியோடு அவனும் சாகிறான்.

அண்மையில் வெளியான வட்டாரப் படங்களைப் போலவே இப்படமும் தென்மாவட்டத்தைக் கதைக்களமாகவும், சாதி முரணை கதையம்சமாகவும் கொண்டிருக்கிறது. அதிலும் கூடுதலாக, முரண்படும் இருவேறு சாதிய அடையாளங்களை வெளிப்படையாகவும், ஆதிக்கப் பிரிவினரின் சாதிய இறுமாப்பை துல்லியமாகவும் சொல்கின்றன. ஆனால், சாதி இறுமாப்புப் பற்றிய சித்திரிப்பாகப் பயணிக்கும் இப்படம், ஒட்டுமொத்தத்தில் அத்தகு தொடர்ச்சியை எடுத்துச் சொல்லாமல் திசைமாறிப் புலப்படாவிதத்தில் சாதிமுரணை நிகழ்விலிருந்து மறைத்தும் விடுகிறது. இது இயக்குநரே விரும்பி செய்துள்ள மாற்றமாகும்.

பருத்திவீரனின் அம்மாவழி பாட்டி (குறத்தி) கொல்லப்படுவது, தந்தையை உறவினர்கள் புறக்கணிப்பது, தொடர்ந்து பருத்திவீரன் வெறுக்கப்படுவது என யாவும் சாதிக் காரணமாகவே நடைபெறுகிறது. கழுவச் சேர்வை முன் பருத்திவீரனின் முகமும், ஞாபகமும் வரும்போதெல்லாம் அவருக்கு பருத்திவீரனின் ஈனச்சாதி பிறப்பே முன் நிற்கிறது. இவ்வாறு தொடர்ச்சியாக உருவாக்கப்பட்டுவரும் சித்திரிப்பிற்கு மாறாக பருத்திவீரனின் தனிப்பட்ட பழக்கவழக்கத்தின் விளைவால் ஏற்படும் சீரழிவோடு படம் முடிகிறது. சொல்லிவந்த கதைக்கும் இக்காட்சியமைப்பிற்கும் எந்தத் தொடர்பும் இல்லை. தனித்துத் தெரியும் இக்காட்சி மூலம் பார்வையாளருக்கு அதிர்ச்சிகரமான / வித்தியாசமான முடிவைத்தர வேண்டுமென்ற இயக்குநரின் முனைப்புதான் முன்வருகிறது. நிகழும் முரண்பாடுகளில் நேரடியாகத் தொடர்பில்லாத ஒரு பெண்ணை (முத்தழகு) பலியாக்குவது தான் குரானின் வாசகத்திற்கு இயக்குநர் அமீர் வழங்கும் அர்த்தம். பருத்திவீரனின் தான்தோன்றித்தனமான வினைகளுக்கு எதிர்வினையாக முத்தழகு பலியாகிறாள் என்றால், சமூகம் நிகழ்த்தும் கேடுமிகுந்த வினைகளுக்கு யார் பலியாவது?

பருத்திவீரன் ஆர்வமில்லாமல் இருக்கும் நிலையிலும் தொடர்ச்சியாகவும், துணிச்சலாகவும் அவனோடு வாழும் விருப்பத்தை வெளிப்படுத்திவரும் முத்தழகை ஊரார் முன் கல்யாணம் செய்துதர மறுத்தால் கண்டம்துண்டமாக வெட்டிவிடுவேன் என்று பருத்திவீரன் பேசுவது தொடர்பேயில்லாமல் இருக்கிறது என்று யாரேனும் நினைக்கக்கூடும். ஆனால், கதையின் இறுதியில் வரப்போகும் அதிர்ச்சிகரமான க்ளைமாக்ஸ்க்காகவே அக்காட்சி

முன்கூட்டியே அமைக்கப்பட்டுள்ளது. இதனால் இறுதியில் செய்யப்படும் திசைமாற்றம் இயக்குநரின் விருப்பம் சார்ந்ததே என்பதை அறிகிறோம்.

இன்றைக்குக் கிராம மனிதர்கள், நிலப்பரப்பு, மொழி வழக்குகள், நடைமுறைகள் என்பவை எதார்த்தமாகிவிட்டன. மாறாக, தாம் தேர்ந்தெடுத்துக் கொண்ட பரப்பினை அப்பிரதி சனநாயகமாகச் சித்திரித்து இருக்கிறதா? என்பதுதான் முக்கியமானது. இதுவரையிலான தமிழின் வட்டாரப் படங்கள் கிராம அடையாளங்கள் பலவற்றை திரையில் கொண்டு வந்துள்ளன. அது இன்றைக்குச் சாதாரண விஷயமாகவும் ஆகிவிட்டன. பருத்திவீரனில் காட்டப்படும் குழந்தைகளின் உலகம் குட்டி, அழகி, ஆட்டோகிராஃப், வெயில் ஆகிய படங்களிலும், குஸ்தி சண்டை தேவர் மகனிலும், செத்துப்போவது போன்ற க்ளைமேக்ஸ் சேது படத்திலும் அமைக்கப்பட்டுள்ளன. அதேபோல லாரி டிரைவர்களின் பாலியல் பழக்கவழக்கம் மலையாளப் படமான பரதனின் 'பரங்கி மலா' படத்திலும் சொல்லப்பட்டுள்ளது. இன்னும் சொல்லப்போனால் காதல் போன்ற படங்களில் வெகு சாதாரணமாக கையாளப்பட்டுள்ள கிராமிய சித்திரிப்புகளுக்கே கூட இப்படம் அதிகம் மெனக்கிட்டிருப்பதைப் பார்க்கமுடியும். கிராமிய நிலப்பரப்பினைத் திரைக்குள் கொணரும் இவ்வகையான படங்கள் கிராமம் சார்ந்த அதிகார உறவுகளைச் சித்திரிப்பதில், மாற்றியமைப்பதில் வெளிப்படையாகவும், மறைமுகமாகவும் ஒரேவிதமான சிந்தனைகளையே கொண்டிருக்கின்றன. வெயில், காதல், பருத்திவீரன் ஆகிய வட்டாரப் படங்களை இவ்வகையில் நாம் அணுகிப்பார்க்க முடியும்.

இம்மூன்று படமும் தென்மாவட்டக் கதைக்களனையும், தேவர் சமூகத்தைக் கதை மையமாகவும் கொண்டிருக்கின்றன. இப்படங்களில் காதலும், பருத்திவீரனும் நிஜக்கதைகள் என்ற பெயரில் வெளியாகின. வெயில் படம் நிஜக்கதையென்று சொல்லப்படாவிட்டாலும் நிஜவாழ்க்கைக்கு நெருக்கமானவைதான். எதார்த்தமான கதைப்பின்னல், பாத்திரங்களின் செழுமையான நடிப்பாற்றல், நுணுக்கமான காட்சியமைப்பு ஆகிய அனைத்தும் சேர்ந்துதான் இப்படங்கள் மீதான நம்பகத்தன்மை கட்டப்படுள்ளன. உண்மையாக நடந்தவைகளின் பதிவுதான் என்று பிரதியைச் சொல்லும்போது படத்தின் சில கூறுகள் விமர்சிக்க முடியாதது என்னும் மறைமுகமான அர்த்தத்தையும் பெறுகின்றன. ஆனால்,

நிஜசம்பவத்தைப் படமாக்கும் போது கதை தொடங்குமிடம், முடியுமிடம், தேர்ந்தெடுக்கப்படும் சம்பவங்கள் ஆகியவை படைப்பாளியின் முடிவுதான். எனவே நிஜக்கதை, நிஜத்தை அடிப்படையாகக் கொண்ட புனைவு ஆகியவையெல்லாம் தமிழ் சினிமாவைப் பொறுத்தவரையில் இயக்குநரின் தேர்வில் தீர்மானத்தில்தான் அடங்கியிருக்கிறது.

வெயில், காதல், திமிரு, பருத்திவீரன் ஆகிய படங்களும் தேவர் சமூகத்தினை மையமாகக் கொண்டு உருவாக்கப்பட்டுள்ளன. சாதிக் குழுவிற்குள்ளான முரணையும், பிற குழுக்களுக்குடனான முரணையும், பதிவு செய்துள்ள இப்படங்கள் சாதிமுறையையும், சாதிக் காப்பாற்றும் குழுவினரையும் எவ்வாறு பிரதிபலித்துள்ளன என்று கேள்வி எழுப்பி பார்ப்பது அவசியம். இவ்விடத்தில் இரண்டு போக்குகளை நாம் காணமுடியும். சாதி முறையை எதார்த்தம் எனும் பெயரில் விமர்சனமற்றுச் சித்திரிப்பது ஒரு புறமாகவும், சாதியமைப்பை விமர்சிப்பது போல பேசினாலும் ஏதோ ஒரு கட்டத்தில் சாதியப் பண்பை நியாயப்படுத்தி காட்டுவதாக மறுபுறமாகவும் படங்கள் உருவாக்கப்படுகின்றன. ஒரே சாதிக்குள்ளேயான முரண்களைக் காட்டியுள்ள வெயில் படத்தில் கதை சொல்லியின் முதல் குரலே, "இவர் தான் எங்க அப்பா சிவனாண்டித் தேவர். எங்க சாதிக்கே உண்டான வீம்பும் வீராப்பும் உள்ள மனுஷன்" என்று தொடங்குகிறது. அதேபோல, பருத்திவீரனில் சொந்தச் சாதி விருப்பத்துக்கு எதிராக குறத்தியை மணக்கும் தேவர் சமூகப் பிரதி சாதி இல்லை என்று சொல்லுவதையே கூட தேவர் சாதி பெருமிதமாக மாற்றிவிடுவதோடு "கூட்டிக்கொடுப்பதும் காட்டிக்கொடுப்பதும் தேவனுக்கு அழகில்லை" என்று சொல்கிறது. இப்படங்களின் ஒட்டுமொத்த பிரதிக்கும் இக்குறிப்பிட்ட காட்சிகளுக்கும் எந்தவித தொடர்புமில்லை. மிக வெளிப்படையாக எல்லோரும் அறிந்த நிலப்பரப்பில் நிகழும் வெயில் படம் கலாச்சாரப் பின்புலத்தின் வழியே சமூக அடையாளங்களைச் சித்திரிப்பதற்கு மாறாகக் கதைசொல்லியின் நேரடியான குரலில் சாதியடையாளத்தைச் சொல்லிவிடுகிறது. இந்த வசனம் இடம்பெறாமல் போயிருந்தாலும் இப்படத்தின் கம்பீரம் பழுதுபட்டுப் போயிருக்காது என்பதை யாரும் உணரலாம். இப்படங்களில் குறிப்பிட்ட சாதிக்கென்று சில குணாம்சங்கள் உருவாக்கப்படுகின்றன என்பதை இந்த வசனங்கள் மூலம் அறியலாம். உண்மையில் சாதிகளுக்கென்று தனித்த குணாம்சங்கள் உண்டா? ஒரு சாதியினர் வீரமாகவும், மற்றொரு

சாதியினர் கோழையாகவும் வாழும் நிலைமை இருக்கிறதா? இந்த வகையான படங்கள் நேர்மறையாகவும், எதிர்மறையாகவும் வீரம் எனும் பெயரில் வன்முறையையே அழகியலாகவும், தியாகமாகவும் மாற்றிவிடுகின்றன. வன்முறை ஆதிக்கச் சாதியினரின் நடைமுறையாக இருக்கிறது என்று காட்டும் காதல் படம் கூட வன்முறை மீது அறம் சார்ந்த கேள்வியெதனையும் எழுப்புவதாக அமையவில்லை.

காதல் படத்தின் கடைசி 10 நிமிடக் காட்சியும் கூட ஒட்டுமொத்தப் படத்தின் குரலிலிருந்து விலகி, ஆதிக்கச் சாதியிலிருந்து 'தியாகி'யென ஒருவரைக் காட்டுவதோடு முடிந்துவிடுகிறது. காதலைச் சாதி காரணமாகத் தடுத்துவிட்ட ஆதிக்கச் சாதி மீதான கேள்வி அவ்விடத்தில் இல்லாமல் போய் விடுகிறது. காதலியோடு ஊரைவிட்டு வெளியேறும் இளைஞனுக்கு இப்படத்தில் அவளோடு செக்ஸ்க்கு வாய்ப்பு அளிக்கப்படுவதில்லை. நிச்சயமாக இது எதார்த்தமில்லை. சென்னையில் தங்கக்கூட இடமற்று அலையும் போது, காதலிக்கு நாப்கின் தேவைப்படுகிறது. காதலர்களுக்கு ஏற்படும் சொல்லொணாத் துயரங்களில் ஒன்றாக இதனை இப்படத்தில் பார்க்க முடியும். அதே நிலையில் நாப்கின் அணிந்த பெண்ணோடு செக்ஸ்க்கு வழியில்லை அல்லவா? ஆனால், நாப்கினை அணிவது, திருமணம் முடிந்தவுடன் காதலர்கள் கண்டுபிடிக்கப்பட்டுப் பிரிக்கப்படுவது ஆகிய எதார்த்தங்கள் இயக்குநரின் முடிவு தான். சாதியின் தோற்றம், வளர்ச்சி, சாதித்தூய்மை ஆகியவை அகமணமுறையோடு தொடர்புடையதாகும். இங்கு கடைசியில் வரும் ஆதிக்கச் சாதி 'தியாகி'க்காக தான் கற்புகெடாமல் அப்பெண்ணை இயக்குநர் கொண்டுவந்து சேர்த்தாரா? எனும் கேள்வி எழுவதைத் தவிர்க்க முடியவில்லை.

இப்படங்களின் வன்முறை சார்ந்த பதிவுகள் சமூக மனப்பதிவில் எத்தகைய தாக்கத்தினை உருவாக்குகிறது என்பவை ஆராய வேண்டியவையாகும். சாதி வன்முறையென்பது வட்டார அளவில் ஒடுக்கப்பட்ட பிரிவினருக்கு எதிராகவும் பிரயோகிக்கப்படுகிறது. ஒடுக்கப்பட்ட பிரிவினர் திருப்பித் தாக்கும்போது பெரும் கலவரம் எழுகிறது. ஆனால், இப்படங்கள் வன்முறையை ஆதிக்கச் சாதியினருக்கே உரியதாகக் காட்சிப்படுத்த விழைகின்றன. அச்சாதியினர் பற்றிய அச்சத்தையும், அதுதான் இயல்பானவை என்னும் எண்ணத்தையும் ஏற்படுத்துவதாக இவைகள் மாறிவிடுகின்றன.

கடந்தகால திரைப்படங்களின் சாதியச் சித்திரிப்புகள் சாதி பெருமிதத்திற்கு உளவியல் ரீதியாகப் பலமாகியிருப்பதை அத்துணை எளிமையாக மறுக்க முடியாது. 1990களுக்குப் பிறகு குறிப்பான அடையாளங்களோடு திரைப்படங்கள் உருவாகி வரும் சூழலில் அதன் சாதகங்களைவிட பாதகங்களே பெருகியுள்ளன. வட்டாரம், எதார்த்தம் எனும் பெயரில் சாதிப்பெரும்பான்மைவாதம் கால்பரப்பியுள்ளன. ரசிகத்திரட்சியும் சாதி அடையாளம் சார்ந்தே உருவாகியுள்ளன. தேர்ந்த சினிமாவாக அறியப்பட்டாலும் தேவர் மகன் படத்திற்குப் பிறகு கமலஹாசனுக்கு தென்மாவட்ட அளவில் அச்சாதியைச் சேர்ந்தவர்களே ரசிகர்களாகத் திரண்டிருப்பது தற்செயலானதல்ல. மண்சார்ந்த கதைகளைப் படமாக்கும் புதிய இயக்குநர்கள் ஏனோதானோவென்று படங்களை உருவாக்குவதில்லை. புதிய கதைக்களம், பாத்திரங்கள், மொழியாடல் என்று அனைத்தும் நன்கு திட்டமிட்டுப் படமாக்கப்படுகின்றன. இங்கு இவ்வகையான கதைகளே தவறானவை என்பது இதன் பொருளல்ல. அடையாள சினிமாக்கள் தன்னளவில் சனநாயகத்தை உள்ளீடாகக் கொண்டிருக்க வேண்டும் தானே. இப்படங்களில் பன்முகத் திறப்புகளைச் சாத்தியப்படுத்தும் சித்திரிப்புகள் இருப்பதில்லை என்பதுதான் மாபெரும் குறை.

ஒரு குறிப்பிட்ட சாதியினை மையமாகக் கொண்ட படங்களே தொடர்ந்து வெளியாவதும், அச்சாதிப் பற்றிய ஒரே விதமான அடையாளங்கள் இடம் பெறுவதும் அவைகளையே எதார்த்தம் என்று சொல்வதும் பொருத்தமானதுதானா? அக்குறிப்பிட்ட சாதிக்கென்று பலவீனங்களோ, பலவீனமானவர்களோ இருப்பதே இல்லையா?

இவ்வாறு கேள்விகளை எழுப்பி பார்ப்போமானால் இப்படங்கள் சாதிமுறைக்கு நியாயம் சேர்த்திருப்பதையே அறியலாம். ஆதிக்கச் சமூகத்தினருக்கு எதிரான எதிர் வன்முறைகள் காட்டப்படுவதில்லை. ஒடுக்கப்பட்ட பிரிவினர் குறித்த சித்திரிப்புகளைப் பொறுத்தவரை அவர்களை இழிவானவர்களாகவோ, அடங்கிக் கிடப்பவர்களாகவோ காட்டும் இப்படங்கள் பல வேளைகளில் ஒடுக்கப்பட்ட கதாபாத்திரங்களைத் துல்லியமாகக் காட்டாமல் மறைகின்றன. ஆனால், கதைகளிலும் பாடல்களிலும் திரைப்படங்களிலும் தலித் மக்கள் குறித்த இழிவான சித்திரிப்புகளுக்கு எதிராக கடுமையான போராட்டங்கள் இங்கு

எழுந்துள்ளன. அவை குறித்துத் தனியே பேச வேண்டியதிருக்கிறது. அதேவேளையில் ஆதிக்கப் பிரிவினரின் அடையாளங்களைப் பூதாகரமாக்கிக் காட்டுகின்றன. காதல் படம் இதற்கொரு நல்ல சான்று. பாரதி கண்ணம்மா திரைப்படத்தில் ஒடுக்கப்பட்ட சமூகத்தைச் சேர்ந்தவர் மீது ஆதிக்கச் சாதி பெண் காதல் கொள்கிறாள். காதலர்களின் சாதி துல்லியமாகக் காட்டப்பட்டதனால் அப்படம் ஆதிக்கச் சாதியின் எதிர்ப்புக்குள்ளானது. அதற்குப்பிறகு வெளியான அதேபோல கதையம்சமுள்ள படங்களில் ஒடுக்கப்பட்ட பிரிவினர் பற்றிய மௌனமும் திரித்தலும் பதிவாகியுள்ளன. ஆனால், ஆதிக்கச் சாதி பற்றிய பதிவுகள் பெருமிதத்தோடு மட்டும் பதிவாகியுள்ளன.

கலைத் தன்மைக்கு நியாயம் செய்யும் மேற்கண்ட படங்கள் மட்டுமல்லாது வணிக சினிமாக்களிலும் மிக இயல்பாகச் சாதி சார்ந்த அடையாளங்கள் கையாளப்பட்டு வருகின்றன. சண்டக்கோழி, திருப்பாச்சி, சிவகாசி ஆகிய படங்களின் கதாநாயகர்களும் ஆதிக்கப் பிரிவினரே ஆவர். நாயகப் பிம்பத்தை நம்பிய இப்படங்களில் மறைமுகமான முறையில் இப்பதிவுகள் அமைக்கப்பட்டுள்ளன. நகரம் சென்று நவீனக்கல்வி கற்கும் ஒருவன், கிராமத்தில் சாதி சார்ந்த அதிகாரத்தைக் காப்பாற்ற 'குலப்பெருமை' கருதி கிராமம் திரும்பி வருவதே சண்டக்கோழியின் கதை. மகன் கிராமத்திற்கே திரும்பி வருவதை விரும்பாதவரைப் போல தந்தை இருந்தாலும், குருதிப்பெருமையை நிறுவும் மகனிடம் தனக்குப் பின் அதிகாரம் மாறிச்சொல்லுவதைக் கண்டு பூரிப்படைகிறார்.

திருப்பாச்சி, சிவகாசி ஆகிய இரு படங்களும் ஒரே கதையமைப்பிற்கு உள்ளேயே பயணித்திருக்கின்றன. நகரம், கிராமம் எனும் எதிரெதிர் கூறுகளைக் கொண்டு மாற்றி மாற்றி எழுதப்பட்ட எளிமையான கதைகள். எதிரெதிர் கூறுகளைக் கையாண்டாலும், இரண்டு படங்களும் 'கிராமத்தின்' மேன்மையையே பேசுகின்றன. திருப்பாச்சி படத்தில் கிராமத்திலிருந்து நகரத்திற்குச் செல்லும் நாயகன் சிவகாசியில் நகரத்திலிருந்து கிராமம் நோக்கிச் செல்கிறான்.

திருப்பாச்சியில் நகரத்திலுள்ள ரவுடிகளை வதம்செய்யும் நாயகன் சிவகாசியில் கிராமத்தில் யாரையும் அழிப்பதில்லை. மாறாகக் கிராமத்தின் கேடுகளை கழுவி, 'அசுத்த' எண்ணமுடையோரை மனம் மாறச் செய்கிறான்.

காரணம், கிராம மனிதர்கள் நாயகனின் ரத்த உறவுடையவர்களாகின்றார்கள். நாயகனின் நோக்கமும் கிராமத்தில் வீடு இழந்த குடும்பப் பெருமையை நிறுவுவதும், ரத்த உறவினை புதுப்பித்துக் கொள்ளுவதும் தான். ஆதிக்க வகுப்பினைச் சேர்ந்த நாயகன் நகர மனிதனாக மாறிவிட்டாலும் மண்சார்ந்த அதிகாரத்தை மீட்டெடுத்துக் கொள்வதே சரியென நம்புகிறான். சென்னை போன்ற பெருநகரங்களில் இந்நாயகர்கள் மோதுவது பெருமுதலாளிகளோடு அல்ல. நகரத்தின் அச்சுறுத்தலாக உதிரிகளையே கருதி மோதி அழிக்கிறார்கள்.

பிராமணரல்லாத அரசியலாளர்களால் பெரிதும் மோகிக்கப்பட்ட படங்களுள் ஒன்று தம்பி. புரட்சி, மாற்றம் ஆகிய சொற்களை அதற்குத் தகுதியானவர்கள் உச்சரித்ததை விட, அவைகளைக் குறியீடுகளாகக் காட்டி அதிகாரங்களைக் கைப்பற்றியவர்களே அதிகம் பேசியிருக்கிறார்கள். அதனாலே அவைகள் உள்ளீடு இழந்து வெற்றுச் சொற்களாகிவிட்டன. அதேபோல புரட்சி, ஆவேசம் ஆகியவற்றைக் குறியீடாக்கிக் கொண்டதைத் தவிர தம்பி படத்தில் சொல்வதற்கு ஒன்றுமில்லை. ரவுடியிசம், சாகசம் எனும் அளவில் வெகுஜன உளவியலுக்குப் பொருந்திய படமும் கூட.

நகரத்தின் கெட்ட நடத்தையாளர்கள்மீது கோபம் கொள்ளும் நாயகன் 'வேலுத் தம்பி தொண்டைமான்' தென் மாவட்டத்தில் இருந்து வந்தவன். சமூகக் கோபம் இவனது ஆவேசத்தின் அடிப்படை. வேலுத்தம்பி தொண்டைமான் என்னும் சமூக அடையாளம் கூறும் பெயரைத் தாங்கிய இந்நாயகனின் வீட்டில் பசும்பொன் முத்துராமலிங்கம் (தேவர்) படத்தோடு பெரியாரின் படமும் இணைந்தே மாட்டப்பட்டுள்ளது. தமிழ்நாட்டில் இந்த இருதலைவர்களின் படமும் ஒன்றாக மாட்டப்பட்ட வீடு எங்குள்ளதோ தெரியவில்லை. ஆனால், வாழ்ந்த காலங்களில் எதிரெதிராக இயங்கியதாகக் கருதப்படும் தலைவர்களின் அடையாளங்களை இப்போது ஒன்றாக்கிக் காட்ட வேண்டிய அவசியம் என்ன? எனும் கேள்வி தவிர்க்க முடியாதது.

இச்சித்திரிப்பின் பின்னணியில் தமிழ் அடையாள அரசியல் நோக்கம் இருக்கிறது. குறிப்பிட்ட நோக்கத்தினை அடிப்படையாகக் கொள்ளும் இயக்கம் வரலாற்றில் நிகழ்ந்த எல்லாவற்றையும் நிகழ்காலத்தில் வரலாறாகக் காட்டுவதில்லை. நிகழ்கால அரசியல் தேவைகளுக்கும், நோக்கத்திற்கும் ஏற்ப வரலாற்றை உருவாக்கிக் கொள்கின்றனர். சம்பவங்கள் தேர்வு செய்யப்

படுவதைப் போல, விடுபடல்களும் மௌனமாக்கல்களும் கூட வரலாற்று உருவாக்கத்தின் அடிப்படையாகும். பெரியாரும், பசும்பொன் தேவரும் வெவ்வேறு தளத்தில் இயங்கிய போதிலும் நிகழ்காலத்தில் அவர்களை இணைத்துப் பார்க்க வேண்டிய அரசியல் தேவை உருவாகியிருக்கிறது. இங்கு வட்டார சாதிப் பெருமிதத்தின் அடையாளமும், பெரியாரால்தான் தலை நிமிர்ந்தோம் என்னும் எண்ணமும் இணைக்கப்படுகிறது. அதாவது தமிழன் என்னும் அடையாளத்தையும், இன்ன சாதியைச் சேர்ந்தவன் என்னும் அடையாளத்தையும் ஒருசேர தன்வயப்படுத்திக் கொள்ளும் அரசியல் உத்தி இது. வட்டார சினிமா மூலம் சாதி சார்ந்த பதிவுகளை முன்வைத்து வரும் இயக்குநர்கள் பலரும் பெரியாரின் செயற்பாடுகள் மீது மதிப்புடையவர்கள் என்பது குறிப்பிடத்தக்கது. ஏனெனில், பிராமணரல்லாதார் அடையாளத்தைப் பேசிய பெரியாரையும், பிராமணரல்லாத சாதிகளுக்குள் குறிப்பிட்ட சாதிக்காகப் போராடிய தேவரையும் இவ்விரண்டு அடையாளங்களாலும் பயன்பெற்றுள்ள பிரிவினர் இணைக்கின்றனர் என்று மதிப்பிடத் தோன்றுகிறது. மொத்தத்தில் தம்பி படம் வட்டார சாதி அடையாளத்திற்குச் சமூக நீதி எனும் அரசியல் அடையாளத்தை உருவாக்க முனைந்த படம் என்று வாசிக்கலாம்.

இந்நிலையில் கலையம்சமுள்ள படங்கள், வணிகப் படங்கள் என யாவும் சமூகம் சார்ந்த சித்திரிப்பில் ஏதோவொரு வகையில் ஒன்றுபடுகின்றன. இப்படங்கள் யாவும் கருணையற்ற கரங்களை இரக்கம் மிகுந்தவைகளாகவும், வன்முறையை வீரமாகவும் கையெடுக்க முடியாத அரசியலை புரட்சியாகவும் பேசுகின்றன. இவைகள் சமூக அமைப்பின் நிலவும் முறையை அப்படியே வெளிப்படுத்துகின்றனவா? விமர்கின்றனவா? என்று தேடினால் குழப்பமே மிஞ்சும். குழப்பத்தைத் தக்க வைத்துக் கொள்வதே வெற்றிக்கான காரணியாகின்றன. ஆனால், ஆராய்ந்து பார்த்தால் சாதியமைப்பில் எவ்வித உடைப்பையும் கோராத பிரதிகளாக இவைகள் இருக்கின்றன. ஆதிக்க வகுப்பினரின் வன்முறைகளைச் சொல்லுவதைப் போல தெரிந்தாலும் சாதியமைப்போடு தொடர்புடைய சொத்துடைமை, நீதியற்ற நடைமுறை ஆகியவை காட்டப்படுவதில்லை. கிராமம் சார்ந்து நிகழும் பல்வேறு முரண்பாடுகளும் மறைக்கப்பட்டுக் குறிப்பிட்ட சாதிசார்ந்த அடையாளத்தோடு காட்டப்படுவது தமிழ்த் திரைப்படங்களில் திரும்பத் திரும்ப நிகழ்கிறது. கண்ணுக்குப் புலப்படாத விதத்தில் சமூக மனப்பரப்பில்

இடம்பெறும் இச்சித்திரிப்புகள் கருத்தியல் வகைப்பட்ட ஆதிக்கமாகும். முன்வைக்கப்படும் கதை உலகம், சமூகத்துக்கும் கதை உலகத்துக்குமான தொடர்பு, சித்திரிப்புகளின் விளைவுகள் ஆகியவை இந்த இயக்குநர்கள் அறியாத ஒன்றல்ல. ஆனால், விளைவுகளினால் ஏற்படும் கவன ஈர்ப்பை இலவச விளம்பரமாக மாற்றிக்கொள்ளவே முனைகின்றனர்.

இவ்வாறு தமிழ் வாழ்க்கை தேவர் சமூகம் சார்ந்ததாகவே முன்வைக்கப்பட்டு வருவதன் பினனணி என்ன? 1990களில் வெளிப்படையாகத் தொடங்கிய சாதிய அடையாளம் பருத்திவீரன் வரையிலும் பல்வேறு பரிமாணங்களைப் பெற்று வந்தாலும், அவைகள் சனநாயகப் பண்பிற்கு ஆற்றியுள்ள பங்களிப்பு என்ன என்று மதிப்பிட்டால் ஒன்றுமேயில்லை. திரைப்படத்துறையில் மொத்த நடவடிக்கைகளோடு தொடர்பான பிரச்சினையாக இது உருமாறியுள்ளது. திரைப்படத்துறையில் வினையாற்றத் தொடங்கியுள்ள வட்டார சாதிய சக்திகளின் ஏகபோகம் பற்றி பரிசீலிக்க வேண்டியிருக்கிறது. தேவர் சமூகம் சாராத இயக்குநர்களும் அதே மாதிரியான கதைகளைத் தேடி திரிவதன் பின்னணி என்ன? அரசியலிலும், ஊடகத்துறையிலும் பெருகியுள்ள சாதிப்பெரும்பான்மைவாதத்தினை சுட்டிக்காட்டும் ஆற்றல் இங்கு யாருக்கிருக்கிறது?

காலச்சுவடு - எல்டி 2007.

தமிழ் சினிமாவும் தீவிரவாத பிம்பங்களும்...

நான் சிறுவனாக இருந்தபொழுது என்னையொத்த சிறுவர்களோடு சேர்ந்து கொண்டு 'ஒளிந்து கொள்கிற விளையாட்டு' விளையாடுவோம். குழுவில் அனைவரும் ஒளிந்து கொள்பவர்களாக இருக்க, எங்களில் ஒருவன் மட்டும் கண்டுபிடிப்பவனாகவும் ஆட்டத்தை அமைத்துக் கொள்வோம். இதில் ஒளிந்திருப்போர் எல்லாம் திருடர்கள் அல்லது கொள்ளைக் கூட்டத்தார். தேடிக் கண்டு பிடிப்பவன் போலீஸ், தேடி கண்டு பிடிக்கும்போது கூட்டத்துக்குள் 'டிஸ்யூம், டிஸ்யூம்' என்று சண்டை நடக்கும். இறுதியில் போலீஸே வெல்வார். எங்களுக்கு அப்போதைய சினிமா சொல்லித் தந்தது அவ்வளவே. அண்மையில் இப்படியான ஒளிந்து கொள்ளும் விளையாட்டைத் தெருவில் எதேச்சையாகப் பார்க்க நேர்ந்தது. இப்போது அக்குழுவில் தேடிச் செல்லும் சிறுவன் தன் இரு கைகளையும் துப்பாக்கி போல் குவித்து வைத்துக் கொண்டு 'ஏய் தீவிரவாதிகள் எல்லாம் வந்து விடுங்கள்' என்கிறான்.

இந்தத் தீவிரவாதி என்ற பிம்பம் இவர்களுக்குள் எப்படி நுழைந்தது? இப்படி உருவாகும் தீவிரவாதி எனும் தீவிரவாதிகளின் தோற்றம் எப்படியிருக்கும்? 'நிறம், முகம், உடல்' எந்த அடையாளத்தில் இவர்களுக்குள் பதிந்திருக்கும் என்று எண்ணிப் பார்க்க வேண்டியுள்ளது. இங்கு சிறுவர்களை ஒரு

உதாரணத்திற்கு மட்டுமே பயன்படுத்துகிறோம். மற்றபடி நிலவும் சமூகச் சூழலில் எல்லோரின் மனநிலையும் இதுதான் என்பதே எதார்த்தம். தகவல் தொழில்நுட்ப வளர்ச்சியில் எல்லாமும் பூதாகரமாகவிட்ட நம் சூழலில் சாதாரண சினிமாகூட இதுபோன்ற பிம்பங்களை வெகுஜனப்படுத்தி வருகிறது. இதில் தமிழ் சினிமாவால் என்ன மாற்றம் செய்துவிட முடியும் என்று சிந்திப்பது ஒரு புறமிருந்தாலும், இந்த சினிமாவால் மக்கள் மாற்றத்தை நோக்கி சிந்திக்காமல் இருக்க வைக்கவோ திசை திருப்பவோ முடியும் என்பதாலாவது நாம் அதைப் பொருட்படுத்திப் பேச வேண்டியிருக்கிறது.

1990-களுக்குப் பிறகு வந்த சினிமாக்களுக்கு அதற்கு முன் வந்த சினிமாக்களைவிட முக்கியத்துவம் உண்டு. ***90***-களுக்குப் பிறகான சினிமாவில் “தேசியவாதமும் பிரதேச ஆதிக்கச் சாதிய பெருமிதங்களும்” முக்கிய அடையாளங்களாக முன்வைக்கப் பட்டதைக் கவனிக்க முடிகிறது. பாகிஸ்தான் எதிர்ப்பு என்பது இங்கே இந்திய ஒட்டுமொத்த வாழ் இசுலாமிய எதிர்ப்பாக உருவாக்கப்பட்டுள்ளது. எல்லோருடனும் இணைந்து நீங்களும் முசுலிம்களைப் பயங்கரவாதிகளாகச் சித்திரிக்க வேண்டும். இல்லையேல் நீங்களே ஒரு பயங்கரவாதியாக அல்லது பயங்கரவாத ஆதரவாளராகச் சித்திரிக்கப்படுவீர்கள் என்ற மோசமான சூழலை ஊடகங்கள் உருவாக்கியுள்ளன.

இந்த தேசியவாதம் இதுவரை கூறப்பட்டு வந்த தேசிய முழக்கங்களாக இல்லாமல், உருவாகியுள்ள இந்துத்துவ அரசியல் நிலைப்பாடுகளோடு சமப்படுவதாக நிற்கிறது. இந்துத்துவ சார்புதான் இந்திய சார்பு என்று ஒற்றைத் தன்மை உருவானது. இன்று வரையிலும் எல்லாவற்றிலும் நுணுக்கமான மதவாத அரசியல் ஊடாடுகிறது. இந்தக் கணிப்பு பலருக்கும் மிகைப்பட்ட கணிப்பாகக் கூட தோன்றலாம். உண்மையில் நிகழும் மதவாத அரசியலை இயல்பாகப் பார்க்க பழகிப்போன நமக்குப் பெரியதாகத் தெரியாத அளவுக்கு மனோபாவம் உருவாக்கப்பட்டிருக்கிறது. நாட்டுக்குத் தீவிரவாதிகளால் ஆபத்து என்று சினிமாக்களில் தனிமனித சாகசங்களால் தேசிய உணர்வு உருவாக்கப்பட்டது. நாட்டின் நெருக்கடியான பிரச்சினைகளை எதிர்கொள்ள இயலாத நமது ஆட்சியாளர்களுக்குப் பிரச்சினையிலிருந்து திசை திருப்ப “தீவிரவாதிகளால் ஆபத்து” என்று ஏற்படுத்தப்படும் மாயைகளைப் போன்று நம் சினிமாகாரரர்களுக்குச் சமூகத்தை உள்ளபடியே சித்திரிக்க திராணியோ, எதிர்கொள்ளும் துணிச்சலோ, அசலான கதையோ இல்லாத போது மலிவான உத்தியாகத்

“தீவிரவாதிகள்” என்ற விசயம் கிடைத்துவிடுகிறது. தீவிரவாதிகள் என்றாலே முஸ்லிம்கள்தான், அவர்களுக்கு எத்தகைய மனித மதிப்பீடுகளும் கிடையாது. அவர்கள் கொடூரமானவர்கள், முஸ்லிம்கள், பாகிஸ்தானிகள், தாடி வைத்திருப்பார்கள் என்பதான ஒருபக்கப் பிம்பத்தையே மிக மேலோட்டமாக சினிமாக்கள் உருவாக்கி வந்துள்ளன தேசப்பற்று இந்து கதாநாயகனுக்கு மட்டுமே உரியதாக உருவகிக்கப்படுகிறது. தீவிரவாதம் என்றால் என்ன? ஒவ்வொரு காலங்களிலும் தீவிரவாதிகளாகக் கூறப்பட்டு வந்தவர்கள் யார்? என்பது பற்றியான நியாயமான கேள்விகள் எதுவும் இல்லாமல் படங்கள் உருவாக்கப்படுகின்றன. ‘கலை இயக்குனர்கள்’ தொடங்கி வெகுஜன இயக்குநர்கள் வரை இப்படியான ஒரே வித சிந்தனையோடு தான் இயக்குகிறார்கள். மணிரத்னத்தின் *ரோஜா* தொடங்கி கமலின் *ஹேராம்* முடிய ஒற்றைத் தேசியவாதங்களும், இசுலாமிய எதிர்ப்புமே மேலோங்கி நின்றன. குறிப்பாக விஜயகாந்த், அர்ஜுன் போன்றவர்களின் அண்மைக் கால படங்கள் எல்லாமே இந்த வகையைச் சார்ந்தவைகளே. அண்மையில் வித்தியாசமான படம் எனும் முத்திரையோடு வெளியான ‘நாம்’ எனும் படமும் இவ்வகையைச் சேர்ந்ததே.

பெயர்களில் என்ன இருக்கிறது என்கிற பழைய மனோபாவம் இனியும் செல்லுபடியாகாது. கதாப்பாத்திரங்களின் பெயர்கள் வரை நுணுக்கமாகத் திட்டமிடப்பட்டு உருவாக்கப்படுகின்றன. அண்மையில் வெளியான படங்களின் பெயர்களைக் கவனிக்கலாம்: *சாமி, ஹேராம், புதிய கீதை, அருள், கோவில், ஆஞ்சநேயா, பரசுராம், நரசிம்மா, மணிகண்டா, பீஷ்மர், ஆயுத பூஜை.* இந்த படங்களில் சாதியமோ/மதவாதமோ/அரச வன்முறையோ நியாயப்படுத்துவதாகவே அமைந்திருக்கும். இவ்வாறு பெயர் வைக்காத பிற படங்களிலும் இப்படியான சித்திரிப்புகள் உண்டு.

நரசிம்மா, பரசுராம் போன்ற படங்களின் உள் கருத்து ‘எதிரிகளுக்கு எதிராகக் கடவுள் அவதாரம் எடுத்ததைப் போல, இந்த கதாநாயகர்கள் எதிரிகளை வீழ்த்த அவதாரம் எடுக்கிறார்கள். இங்கே இவர்களால் எதிரிகளாகச் சித்திரிக்கப்படுவோர் இஸ்லாமியர்கள். *பரசுராம்* எனும் படத்தில் இசுலாமியத் தீவிரவாதியாக நடிகர் அப்பாஸ் எனும் இசுலாமியர் நடிக்க வைக்கப்பட்டுள்ளமை தற்செயலானது அல்ல. ஏற்கெனவே தமிழ் சினிமாக்களில் தலித்களும் - பெண்களும் இழிவாகச் சித்திரிக்கப்பட்டு வருகின்றனர். சினிமாவில் கெட்டவர்களாகக் காட்டப்படுபர்கள் கருப்பானவர்களாக உழைக்கும் மனிதர்களாக - சென்னை சேரித்தமிழ்

பேசுபவர்களாக உருவாக்கப்படுகின்றனர். அண்மையில் தமிழ்ப் படங்களுக்குத் தமிழில் பெயர் சூட்டக் கோரிய ஆர்ப்பாட்டம் சென்னையில் நடந்தது. ரன், மிலிட்டரி, வின்னர் என்ற பெயர்களே இங்கே பலருக்கும் பிரச்சினையாகத் தெரிகிறது. ஆனால், சாதிப்பெயர் பிரச்சினையாகத் தெரிய முடியாத அளவு சாதீய மனோபாவம் மூடிக் கொண்டு இருக்கின்றது. தேவர் மகன், சின்னக் கவுண்டர், எஜமான், நாட்டாமை, திவான், கவுண்டர் மாப்பிள்ளை, குங்குமப் பொட்டுக்கவுண்டர் போன்ற பெயர்கள் தமிழ்ப்பெயர்களே. ஆனால், சாதியப் பெயர்கள். இப்படியான நுணுக்கமான அரசியல் நடமாடுகிறது.

அடையாளங்களை முன்னிறுத்தாமல் பொதுவான படங்களாக உருவான பழைய எம்.ஜி.ஆர் படங்கள் தனிமனித துதியும் மேலோட்டமான சித்திரிப்புமாக இருந்த போதிலும், தோற்ற சித்திரிப்பில் அவ்வளவு மோசமில்லை.

வில்லனான நம்பியார் போன்றவர்கள் நாயகனை ஒத்த நிறத்தோடும் / ஒத்தவேலை பார்ப்பவனாகவும் சமயங்களில் நாயகன் உழைப்பவனாகவும் வில்லன் முதலாளியாகவும் படைக்கப்பட்டிருப்பதை அறிய முடியும். பிறகு படிப்படியாகத் தமிழ் சினிமாவில் உருவாகி வந்த நல்லவன்/கெட்டவன் என்ற அடையாளங்களை உற்றுக் கவனித்தால் ஒன்று புரியும். வில்லன் உதிரிகளாக/கொடூரத் தோற்றம் கொண்டவர்களாக (சங்கிலி முருகனைப் போன்றோர்) உருவகிக்கப்பட்டனர். பிறகு சிறுபான்மை சமூகத்தவர் மோசமானவர்களாகச் சித்திரிக்கப்பட்டனர். ‘மைக்கேல் மதன காமராஜன்’ படத்தில் மதன் என்ற பிராமணர் நல்லவர். மைக்கேல் என்ற கிறித்தவர் ரவுடி, முரட்டுக்குணம் படைத்த கதாநாயகர்களாக இருந்தாலும் கிறித்தவராகவே இருப்பார்கள். மூன்றுமுகம் படத்தில் ‘ஜான்’ என்ற கிறித்தவ நாயகன் ரவுடி. இந்து சமூக நாயகன் நல்லவன். இப்படியான இந்த நிலையும் மாறி சிறுபான்மை சமூக கதாப்பாத்திரங்கள் என்றாலே ‘எதிரிகள்’ என்கிற சித்திரிப்பில் இன்றைய சினிமா வந்து நிற்கிறது.

அதேபோல பழைய சினிமாக்களில் டான்ஸராக வரும் பெண்கள் கிறித்தவர்களாகப் படைக்கப்பட்டதை அறியலாம். காதல் கோட்டை படத்தில் ‘கமலி’ என்ற நாயகி இந்துவாக, அவரது தோழி கிறித்துவராக அடையாளப்படுத்தப்பட்டு கமலியோடு கோயிலுக்குள் செல்லாமல் வெளியே நிற்பார். இவையாவும் தன்னிச்சையான இயங்குகிறது எனலாம்.

சினிமா குறித்தப் புரிதல்களும், தொழில்நுட்பங்களும், மேலோங்கிவிட்ட நிலையிலும் - தமிழ் சினிமாக்களின் கருத்தியல் அமைப்புச் சிறிது கூட மாறவில்லை. மாறாக்கேடு கூடி நிற்கிறது. மேலும் உருவாகியுள்ள அடையாள முக்கியமுள்ள படங்கள் ஆதிக்க அடையாளங்களைத்தான் சித்திரிக்கின்றன. அடையாளங்களை முனைப்பாகத் தாங்கி படங்கள் வருவதுதான் சரி. அத்தகைய படங்கள் குறிப்பிட்ட மதத்தையோ / சாதியையோ குறிப்பனவாக இருந்தாலும் தவறில்லை. ஆனால், அவ்வகையான படங்கள் ஒற்றைச் சார்பாக இல்லாமல் எல்லாப் பிரச்சினைகளையும் தன்னுள் விவாதிப்பதோடு, சுயவிமர்சன அடிப்படையிலும் அதனை வெளிப்படுத்துவதில் நேர்மையோடும் இருக்க வேண்டும்.

- புதியகாற்று, டிசம்பர் 2003.

திரைக்குப் பின்னால்...
சண்டியர் முதல் விருமாண்டி வரை

முன்குறிப்பு:

விருமாண்டி என்னும் திரைப்படத்திற்கான கதை, கதைக்களம், எதிர்ப்பு எழுந்ததற்கான சூழல் என யாவும் தென்மாவட்ட புலங்களைச் சார்ந்தவை. சண்டியர் என்று பெயரிடப்பட்டபோது புதிய தமிழகம் இயக்கம் எழுப்பிய எதிர்ப்புக்குப் பின் விருமாண்டியாகப் பெயர் மாற்றப்பட்டுப் படமும் வெளியாகியிருக்கிறது. படத்திற்கு எதிர்ப்பு எழுப்பப்பட்டது முதல் படம் வெளியானது வரை தென்மாவட்டங்களில் படத்திற்குக் கொடுக்கப்பட்ட விளம்பரங்கள், மறுப்புகள், படம் வெளியான பின் எழுந்த விமர்சனங்கள், இவைகளையும் இவைகளின் நோக்கங்களைப் பற்றி மட்டுமே இக்கட்டுரை பேசுகிறது. இக்கட்டுரை முன்வைக்கும் வாதங்களுக்குச் சான்றாகக் கொள்ளப்பட்ட விளம்பர வாசகங்கள், கருத்து உருவாக்கங்கள் மதுரையை மையமாகக் கொண்டவை.

(1)

- நாங்கள் வாழ்வதும் சாவதும் கமலுக்கே

கிருஷ்ணனும் பொம்மை **சாமி**யும் பொம்மை

(தடித்த எழுத்தில் வரும் பெயர்களை இணைத்து வாசித்தால் கிருஷ்ணசாமி)

-முக்குலத்து சிங்கமடா

-பரமக்குடி மறவனடா

-முக்குலத்து மாணிக்கமே

-தேவர்ஹாசன்

-நாங்களிருக்கும் வரை

உன்னை வெல்ல எவனால் முடியும்?

-அரசியல்வாதிகளையும் சாதி வெறியர்களையும் சவுக்கடி கொடுக்க வருகிறார்.

-வீர மறவன் (விருமாண்டித் தேவன்) புதைக்கப்படவில்லை, விதைக்கப்படுகிறான்.

-அரசியல் சண்டாளர்களைச் சதிராட வருகிறார் சண்டியர்.

(மேலும் இந்த வாசகங்களுக்கு நேராக முதுகுக்குப் பின்னாலிருந்து அரிவாளை உருவுவதைப் போன்ற படங்கள் வரையப்பட்டிருந்தன).

மேற்காணும் வாசகங்கள் எல்லாம் விருமாண்டி படத்தை வரவேற்று மதுரை நகரமெங்கும் முக்கிய சுவர்களிலெல்லாம் எழுதப்பட்டிருந்தன. இப்படியான விளம்பர சுவரெழுத்து / சுவரொட்டி என எதுவும் படத்தின் பெயர் 'விருமாண்டி' என்று மாற்றப்பட்டு விட்டபோதும் அப்பெயரைப் பயன்படுத்தவே இல்லை. பெயர் மாற்றத்திற்குப் பின்பும் சண்டியர் என்றெழுதி நேராக வரையப்பட்டிருந்த வீச்சரிவாளில் ரத்தம் சொட்டிக் கொண்டிருக்கும். பசும்பொன் முத்துராமலிங்கம் படமும், கமல் படமும் ஒன்றாக அச்சிடப்பட்டுத் திரைப்படத்தை வரவேற்ற சுவரொட்டிகள் ஒருபுறம் என்றால் 'பரமக்குடி பெரியாரே' என்று விளித்து பெரியார் படத்தோடு கமல் படத்தையும் இணைத்து 'தொடரட்டும் உன் சண்டியத்தனம்' என்ற சுவரொட்டிகள் மறுபுறம்.

தேவர் இனத்தவர் வாழும் பல்வேறு ஊர்களின் சாலையோரங்களிலும் படத்தை வரவேற்கும் விதமான பேனர்களைக் காணமுடிந்தது. எந்தத் திரைப்படத்திற்கும் இல்லாத விளம்பரங்களை முற்றிலும் சாதிய அடையாளத்தோடு இந்தப் படம் பெற்றிருந்தது. இந்த விளம்பரங்களும், விளம்பர வாசகங்களும் வெறுமனே ரசிக மனோபாவத்தில் பிறந்தவையல்ல.

மறைமுகமாகவோ நேரடியாகவோ கிருஷ்ணசாமியைத் தாக்கியும், அவர் சார்ந்த சாதியை இழிவுபடுத்தியும் ஆதிக்கச் சாதிப்பெருமிதத்தை உயர்த்தியும்தான் இந்த வாசகங்கள் பேசின. இந்நிலையில் தம் படங்கள் மூலம் ஏற்கெனவே தேவர் இனத்தவரை ரசிகர்களாகத் திரட்டி வைத்துள்ள கமலஹாசனின் ரசிக சுவரொட்டிகளை யாரும் இயல்பானதாகப் பார்க்க வேண்டியதில்லை.

இன்னும்:

விருமாண்டி வெளியாகும் முன்பே கமலஹாசன் அப்படம் பற்றிய எதிர்பார்ப்புகளை வழக்கம் போல நேர்காணல்கள், விளம்பரங்கள் மூலம் உருவாக்கி வந்தார், சண்டியர் எனும் பெயரில் படத் தொடக்கவிழாவின் போது அரங்கேறிய காட்சிகள், தேவர் மகனின் இரண்டாம் பாகம் எனும் வர்ணணை, "மதுரை ராமநாதபுரம் மறவர்களின் பூமி" என்ற கமலின் நேர்காணல் ('மறவர்களின் பூமி' என்னும் சொல்லாடல் மறவர் அல்லாத மக்களை இந்த வட்டாரத்தில் இருந்து வெளியே நிறுத்துகிறது) என இவை எல்லாமே சண்டியருக்கான எதிர்ப்புக் காரணிகளாக அமைந்தன. நேர்காணல்களின் கேள்விகளும் பதில்களும் 'படம் பற்றி' என்பதை விட மீண்டும் மீண்டும் கிருஷ்ணசாமி எழுப்பிய எதிர்ப்புக்கே முக்கியத்துவம் தந்தன. இத்தகைய கேள்வி பதில்களின் மூலம் கிருஷ்ணசாமிக்கு எதிரான கருத்துகள் பதிவு செய்யப்பட்டுக் கொண்டே இருந்தன. கமல் இதை "எனக்கு வந்த கோபத்துக்கு" என்றும் "அந்த அரசியல்வாதி" என்றும்தான் பேசி வந்தார். "இவ்வளவு பொறுமை காட்டினீர்களே" என்று ஆனந்த விகடன் கமலைக் கண்டு பூரித்தது.

டாக்டர் கிருஷ்ணசாமி சண்டியருக்கு எதிர்ப்பு எழுப்பியது முதலே, ஊடகங்கள் இதைப் பற்றிப் பேச ஆரம்பித்துவிட்டன. மூவேந்தர் முன்னேற்றக்கழக சேதுராமன், கிருஷ்ணசாமியைக் கண்டித்து அறிக்கை விட்டிருந்தார். சேதுராமன் 'உலகத் தரத்துக்குத் தமிழ் சினிமாவை உயர்த்தும்' கமலைப் புகழ்ந்திருந்தார். (இடைநிலைச் சாதிகளின் எழுச்சி தலித்துகளுக்கு எதிராக எழுகிறதேயொழிய பார்ப்பனர்களை எதிர்த்து அல்ல என்கிற எதார்த்தத்தோடு இதைக் கவனிக்க வேண்டும்).

மணிரத்தினம் இயக்கிய பம்பாய் படத்தின், இந்து சார்பான சிந்தனைக்கு எதிராக எங்கும் விமர்சனங்கள் எழுந்த வேளையில், மணிரத்தினத்தை அழைத்துக் கலை இரவு நடத்தி தமுஎச இப்போது

தனது அறிக்கையில் 'படைப்பாளியின் சுதந்திரத்தில் தலையிடுவதாகக்' கூறி இந்துத்துவ அமைப்புகள் 'வாட்டர்' படத்திற்கு எழுப்பிய எதிர்ப்போடு கிருஷ்ணசாமியின் சண்டியர் எதிர்ப்பை ஒப்பிட்டு, இரண்டு எதிர்ப்பையும் பாசிசத்திற்கு அருகில் நிறுத்திக் காட்டியது. படம் வெளியான பின்பே எல்லாவற்றையும் பேச வேண்டும் என்றும் தமுஎச அறிக்கை பேசியிருந்தது. (படம் வெளியாகி சிக்கலான சித்திரிப்புகள் ஏதுமிருந்து அதன் பொருட்டு 'கலவரங்கள்' நடந்து முடிந்த பின்பு பேசலாம் என்பது இதன் அர்த்தமாக இருக்கலாம்).

தீராநதியில் வெளியான வெங்கடேஷ் சக்ரவர்த்தியின் 'தமிழ் சினிமாவில் சாதியம்' எனும் கட்டுரைத் தொடர்கூட தமிழ் சினிமாவின் சாதியத் தன்மைகளைக் காலகட்டவாரியாக அலசியிருந்தாலும் கூட கடைசியில் 'சனநாயகம்' பற்றிய அறிவுரையோடு முடிந்திருந்தது.

காலச்சுவடுவில் வெளியான சரவணின் கட்டுரை, 'தேவர் மகன்' படத்தின் விளைவுகளைச் சுட்டிக்காட்டியிருந்த போதிலும் படத்தைத் தடுக்கக் கூடாது என்பதை வேறுமாதிரி பேசியிருந்தது. ஞாநியின், தீம்தரிகிட இதழ் 'சண்டியருக்கான எதிர்ப்பு சாமிக்கு ஏனில்லை?' என்ற கேள்வியைத் திருப்பிப் போட்டிருந்தது. மேலும் *குமுதம் ரிப்போர்ட்டர், இந்தியா டுடே* போன்ற இதழ்கள் கிருஷ்ணசாமியிடம் 'இந்த எதிர்ப்பு' பற்றி மட்டுமே நேர்காணல்களை அமைத்திருந்தன. (இந்த இதழ்கள் எல்லாம் தலித்துகளின் எல்லாப் பிரச்சினைகளிலும் இதே அக்கறையைக் காட்டுகிறார்களா என்பதை யோசிக்க வேண்டியிருக்கிறது.)

(2)

கமல் ஏற்கெனவே நன்கு தீர்மானிக்கப்பட்ட சாதி அடையாளத்தோடு 'தேவர் மகன்' படத்தைக் கொடுத்தார். அதற்குப் பிறகு வெளியான சாதியப்படங்கள் பற்றி அறிவோம். தலித்துகள் தேவர்கள் மோதலுக்குப் பல்வேறு அம்சங்கள் காரணங்களாக இருந்திருப்பினும்கூட, இதுபோன்ற படங்களின் சில சித்திரிப்புகள் ஆதிக்கச் சாதிக்கு உயர் தொன்ம அடையாளங்களை உருவாக்கித் தந்ததும் ஓர் அம்சமே. இதுபோன்ற படங்கள் வெளியாவதினாலேயே சாதிப் பிரச்சினைகள் உருவாகின்றன என்னும் அபத்தமான வாதங்களை நாம் எங்கும் கூறவில்லை. உயர்சாதிப் பெருமிதங்கள் தொடர்ச்சியாகப் படங்களாக வருவதால், அது பற்றிய குற்றவுணர்வுகள் ஏதும் உருவாகாமல் சாதிய வாதத்திற்கு நிஜத் தன்மையை

உருவாக்கிவிடும் நிலைமைகள் எழுந்து விடுகின்றன. ஒடுக்கப்பட்ட சாதியினர் மீதான வன்முறைகளை இயல்பானவைகளாகப் பார்க்கும் மனநிலையைத் தன் சக்திக்கேற்ற அளவில் இத்தகைய படங்கள் உருவாக்கி விடுகின்றன.

திரைப்படம் என்பது உருவாக்கப்படும் ஒன்று என்று அனைவரும் அறிவோம். படத்தில் கதையை மீறி காட்டப்படும் குறியீடுகள் அடையாளங்கள், மனதில் பதிந்து போகின்றன. மனதில் பொதுச் சமூகம் ஏற்கெனவே ஏற்படுத்தியிருக்கும் படிமங்களோடு இந்த அடையாளங்களும் இணைந்து போகின்றன. தலித்துகளைப் பற்றிய நேர்மையான சினிமாக்களே நம் சூழலில் எடுக்கப்படவில்லை. ஆனால், ஆதிக்கச் சாதியினருக்கு மட்டும் மனவியல் ரீதியான பலத்தை அளிக்கும் குறியீடுகளை உருவாக்கித் தந்தபடியே இருக்கின்றன சினிமாக்கள். அந்த வகையில் கமல் ஏற்கெனவே உருவாக்கிய 'தேவர் மகன்' எனும் பிம்பம் வலிமையானது.

(3)

படம் வெளியாகாத முன்பும், வெளியான பின்பும் தொடர்ச்சியாகப் "படத்தின் பெயரை மாற்றிவிட்டால் போதுமா?" என்ற கேள்வி ஊடகங்களால் எழுப்பப்பட்டது. விருமாண்டிக்கான திரை விமர்சனத்தில் ஆனந்தவிகடன் "இந்தப் படத்திற்கு சண்டியர் என்று பெயர் வைத்திருந்தால் தான் என்ன?" என்று நெற்றிக் கண்ணைத் திறந்திருக்கிறது. உண்மையில் இந்த எதிர்ப்பு பெயரை மாற்றுவதற்காகத்தான் எழுப்பப்பட்டதா? என்றால் இல்லை என்றே சொல்லலாம்.

மதுரையில் **2003** ஏப்ரல் **16**-இல் மருத்துவக் கல்லூரி மைதானத்தில் 'சண்டியர்' எனும் பெயரில் படத் தொடக்க விழா நடந்தது. விழாவை மதுரையில் நடத்தியதற்குக் காரணம் உண்டு. படத்தில் காட்டப்படும் சமூகத்தினரின் பகுதியடையாளத்தோடு நெருக்கமாவதும், அதன் மூலம் வணிகப்பரப்பை விசாலப்படுத்துவதும் இதன் நோக்கம். படத்தின் தொடக்க விழாவன்று மதுரையில் ஒட்டப்பட்டிருந்த சுவரொட்டிகள், விழாவில் கலந்து கொண்டோர், பேசப்பட்ட பேச்சுகள், கமல் தந்த நேர்காணல் போன்ற யாவும் சாதியடையாளம் கொண்டிருந்தன. சண்டியர் படம் குறித்த அச்சத்தை அச்சூழல் உண்டுபண்ணியது. இச்சூழலின் பின்னணியில்தான் இந்த எதிர்ப்பு பிறந்தது. பெயர் என்னும் குறியீட்டின் மீதான தாக்குதல்தான் இது. இந்த எச்சரிக்கை பெயர் மாற்றம் என்னும் குறியீட்டின் வழியாக வெளிப்படுத்தப்பட்டது. அவ்வளவுதான். இதனை

கமலும் அறிவார். கிருஷ்ணசாமியும் அறிவார். கமல் இதனை உணர்ந்து கொண்டார் என்பதைக் கதையில் ஏற்படுத்தப்பட்டுள்ள மாற்றங்களினால் அறியலாம்.

அதன் பின்னணியில்தான் கமல் தன்னை சரியானவராகக் காட்டிக் கொள்ள கதைக்குச் சற்றும் தொடர்பில்லாமல் இருந்தாலும் முற்போக்குத் தனங்கள் சிலவற்றைப் புனைந்திருக்கிறார். 1. கீழ்வெண்மணியிலிருந்து வரும் பெண். 2. மரண தண்டனை ஒழிப்பு போன்ற இன்ன பிற...

இதுவரையிலும் திரைப்படங்களில் தலித் மக்களை இழிவாக / தவறாக சித்திரித்து வந்த போதிலும் அதற்கு எதிரான வலிமையான குரல்கள் எழுந்ததில்லை. தமிழ் சினிமா உருவாக்கிய சாதியத் தினவுகளின் நெடிய அனுபவத்திலிருந்துதான் இந்த எதிர்ப்பை நியாயமாக்கிப் பார்க்கிறோம். சனநாயக அம்சத்துக்குப் புறம்பாகக் கருதப்படும் இந்த எதிர்ப்பை புரிந்துகொள்வது அவசியம். கருத்துச் சுதந்திரம் எல்லாச் சூழலிலும் ஒரே அர்த்ததோடு அணுகப்பட முடியாதது. இந்த எச்சரிக்கையை எப்படியாவது வெளிப்படுத்த வேண்டும் என்பதைப் பெயர்மாற்றமாகக் கிருஷ்ணசாமி வலியுறுத்தியிருக்கிறார். இதைத் தவிர்த்துக் கருத்துரிமையை மறுக்கவேண்டும் என்னும் நோக்கம் ஒடுக்கப்பட்ட தன்னிலைகளுக்கு இல்லை. பெயர் மாற்றக் கோரிக்கையைக் கருத்துரிமை மறுப்பாக மட்டுமே பார்ப்பதை ‘சனநாயகத்தைப் பற்றி தலித் சமூகத்துக்குப் போதிப்பவர்கள் மறுபரிசீலனை செய்ய வேண்டும். இதனை ஒடுக்குண்ட தலித்துகளின் கடந்தகாலக் கொடூரங்களின் வலிகளிலிருந்து எழுந்த எச்சரிக்கையாகப் பார்க்க வேண்டும். தலித்துகளுக்கெனத் தனித்துவமான இயக்கங்கள் உருவாகியுள்ளன. பல்வேறு அடையாளங்களின் பேரால் தலித்துகள் எவ்வாறு சொல்லப்பட்டுள்ளார்கள் என்பதையெல்லாம் மதிப்பிடத் தொடங்கிவிட்டார்கள். தங்கள் மீதான ஆதிக்கங்களுக்கும், இழிவுகளுக்கும் எதிராகப் பேசத்துவங்கி உள்ளனர். இவ்வாறு எதிர்க்குரல் எழுப்பும் சூழலை வந்தடைவதற்கே எண்ணற்ற போராட்டங்கள், இழப்புகள், அவதூறுகள், ஏமாற்றங்கள் போன்றவைகளைச் சந்தித்து வரவேண்டியிருந்தது.

திரைப்படங்களுக்கு எதிர்ப்புகள் எழுவது புதிதல்ல என்றாலும் தமிழக அளவில் அண்மையில் எழுந்த எதிர்ப்புகள் சிலவற்றைப் பார்க்கலாம். இந்து அமைப்புகளால் நிறைய எதிர்ப்புகள் எழுப்பப்படுகின்றன. இதில் இயக்குநர் கிறித்தவராயிருப்பது, நடிகர்கள் இசுலாமியர்களாய் இருப்பது,

நாத்திகம் பேசுவது போன்றவை இந்த அமைப்புகளின் எதிர்ப்புகளுக்குக் காரணங்களாகின்றன. மேலும் சினிமாவின் கதை, சித்திரிப்புகள் போன்றவற்றைக் காட்டிலும் ஆபாசம், கடவுள் பற்றி சித்திரிப்புகள் மட்டுமே கவனமான எதிர்ப்புகளுக்குரியதாக மாறி வருகின்றன. அண்மையில் "புதுக்கோட்டையிலிருந்து சரவணன்" படத்தின் பெயருக்கு எதிர்ப்புத் தெரிவிக்கப்பட்டது. கோயில் என்றும் பெயரிடப்பட்ட படம் எதிர்க்கப்பட்டது. படம் வெளியான பின்பு எதிர்ப்பில்லை. காரணம் படம் இந்து மனப்பான்மையில் எடுக்கப்பட்டிருப்பதுதான். இப்படி எதிர்ப்புக்குக் கூட இந்து அரசியலின் சாதகம் / பாதகம் கருதும் நிலை இருக்கிறது.

பாபா வரையிலான ரஜினி படங்களில் சிகரெட் போன்ற அம்சங்கள் மோசமாகத் தெரியாமல், ரஜினி வீரப்பனை விமர்சித்ததுமே சிகரெட் மோசமாகத் தெரிந்த எதிர்ப்பு ராமதாஸினுடையது. பாபாவிற்கு ராமதாஸ் கிளப்பிய எதிர்ப்பானது தன் சாதிகாரராகிய 'சந்தன வீரப்பனை' ரஜினி விமர்சித்தமைக்கு எதிர்வினைதானே ஒழிய சாதியடையாளம் சினிமாக்களுக்கு எதிராக எழுந்ததல்ல. சிகரெட் எதிர்ப்பு ஒழுக்கம் சார்ந்தது. அரிவாள் எதிர்ப்பு வன்முறையின் குறியீட்டை எதிர்ப்பது என்று பொருளாகிறது.

கமல் முன்பு மருதநாயகம் படத்தைத் துவங்கியபோது பூலித்தேவனைக் கொன்ற மருதநாயகம் பற்றி படமெடுக்கக் கூடாது என்று தேவர் அமைப்புகள் எதிர்த்தன. படம் தொடராததால் எதிர்ப்பும் தொடராமல் போனது. ஆக, பல்வேறு எதிர்ப்புகள் எழுப்பப்பட்டதை வைத்து கிருஷ்ண சாமியின் எதிர்ப்பை வேறுபடுத்திப் புரிந்துகொள்ள வேண்டும் என்பதே நம் வாதம். பிற அமைப்புகள் இது வரையிலான படங்களுக்கு எதிர்ப்பு கிளப்பியபோது அந்த அமைப்புகளும் தலைவர்களும் கிருஷ்ணசாமி அளவிற்கு விமர்சிக்கப்பட்டார்களா? "குற்றவாளி"யைப் போல் எல்லா பத்திரிகைகளாலும் சித்திரிக்கப்பட்டவர்களா? என்றால் இல்லை என்பது தான் பதில். கிருஷ்ணசாமிக்கு எதிராக எழுப்பப்பட்டக் குரல்கள்தான் அதிகம். சமூகத்தின் எல்லாத் தளங்களிலும் சாதியின் பேரால் தொடர்ந்து வஞ்சிக்கப்பட்ட தலித்துகளின் நிலையிலிருந்து எழும் குரலைப் 'பாசிசத்தோடு' ஒப்பிடுகிறார்களெனில் அவர்களின் மனநிலைதான் என்ன? தலித்துகளைப் பற்றிய வரலாற்று நியாயத்தைத் திரைப்படமாக எடுங்கள் என்று யாரையும், குறிப்பாகக் கமல் போன்றவர்களிடமும் கேட்கப் போவதில்லை. ஆதிக்கச் சாதிப் பெருமிதத்தைப் பேசுவதைப் பரிசீலியுங்கள். இல்லையெனில் நியாயமானச் சித்திரிப்பை முன்வையுங்கள்

என்று தான் கேட்கிறோம். திரைப்படங்களின் ஆதிக்கச் சாதி பெருமிதம் தலித் ஒடுக்குமுறை பதிவாவதை இயல்பாகவே மறைத்து விடுகிறது. இங்கு கருத்துரிமைக்கான வேட்கையை விட தலித்துகளின் வலி ஆழமானது. அவர்களைத் தவிர வேறு எவராலும் உணர முடியாதது.

இந்நிலையில் கிருஷ்ணசாமியை அரசியல் ரீதியாக ஏற்க மறுக்கும் தலித்துகள் கூட இந்த விஷயத்தில் அவர் எழுப்பிய எதிர்ப்பைச் சாதகமாகவே பார்க்கின்றனர் என்பது உண்மை. அந்த வகையில் இந்த எதிர்ப்பு தென்மாவட்ட தலித்துகளின் குரல் தான். மற்றபடி எல்லோருக்குமான சனநாயக உரிமைகள் நடைமுறையில் உறுதி செய்யப்படாத வரையில் ஒற்றை ஆதிக்கச் சாதிய அடையாளங்களின் பண்பாட்டு வேர்களைத் தேடுவதாகச் சொல்வதெல்லாம் சனநாயகமற்ற தன்மைதானே.

இன்னும் ஓர் எதிர்ப்பு:

சண்டியர் படத் தொடக்க விழாவுக்கு 2 நாளுக்கு முன்பு அதாவது ஏப்ரல் 14-இல் அம்பேத்கர் பிறந்தநாள் விழாவையொட்டி விடுதலைச் சிறுத்தைகளின் தமிழ்ப் பெயர் சூட்டும் மாநாட்டுக்கு முதலில் அனுமதி கேட்கப்பட்டிருந்த இடம் மதுரை மருத்துவக் கல்லூரி மைதானம் தான். மைதானம் உள்பட எந்த இடமும் கிடைக்காத நிலையில் ஊருக்குப் புறம்பாகக் காட்டையழித்து மாநாடு நடத்தி முடித்திருந்தனர் சிறுத்தைகள், விடுதலைச் சிறுத்தைகளுக்கு மறுக்கப்பட்டிருந்த மருத்துவக் கல்லூரி மைதானம் சண்டியர் தொடக்க விழாவுக்குக் கிடைத்திருந்தது. படத்துவக்க விழாவுக்கு மறுநாள் நகரில் இந்தப் பாரபட்சத்தைக் கண்டித்து சிறுத்தைகள் சுவரொட்டி போட்டிருந்தனர்.

(4)

கமல் தனக்குத் தமிழக அளவில் பெரும்பாலும் தேவர் சமூகத்தவர்களை ரசிகர்களாகத் திரட்டி வைத்துள்ளார். தொடர்ச்சியாகக் கமல் தேவர் அடையாளம் பூண்டு வந்தவர். தேவர் மகன் வெளியானது முதல் கமலுக்கான தொண்டர்களாக இவர்கள் உருமாறி விட்டனர். ஏற்கெனவே ரஜினிகாந்த் போன்ற இன்னபிற நடிகர்களின் வெகுஜன சினிமாக்களுக்கு ஏராளமான ரசிகர்கள் திரண்டிருந்தனர் என்பதை யாவரும் அறிவோம். பெரும்பாலும் தமிழகத்தின் உழைக்கும் தாழ்த்தப்பட்ட, பிற்படுத்தப்பட்ட மக்கள் திரள்தாம் ரசிகர்களாய் இருக்கின்றனர். கமல் போன்ற நடிகர்கள்

'புத்திஜீவி'யாக நடித்த போதிலும் ரசிகர்கள் திரண்டதில்லை. எல்லா வியாபார / விளம்பரங்களும் தோல்வியடைந்த நிலையில் சாதியடையாளத்தின் ஊடாகப் பார்வையாளர்களை அணிதிரள வைக்கும் உத்தி இப்போது உருவாகியிருக்கிறது. பொதுவாக நடிகர்களுக்குச் சாதிரீதியான ரசிகர் மன்றங்கள் உருவாகியிருப்பது ஆபத்தான ஒன்று. இந்நிலையில் தன்னுடைய ரசிகர்களெல்லாம் யார்? பின்னணியும் மனநிலையும் யாவை? என்பதெல்லாம் கமல் போன்ற புத்திசாலிகளுக்குத் தெரியாதிருக்க முடியாது. இச்சாதிய நுட்பத்தோடு மேற்கத்திய படங்களைப் போலச் செய்து படத்தினை உருவாக்குகிறார். இதனால் சில முக்கியமான பதிவுகளையும், தொழில்நுட்பங்களையும் அவர் கொணருகிறார் என்பதை மறுக்க முடியாது. தொழில்நுட்பம் வசப்படுமளவிற்குச் சமூக எதார்த்தம் தெரிகிறதா? என்றால் கமலின் படங்களை வைத்து இல்லையென்றே சொல்லிவிடலாம். கமலின் 'புத்திசாலி' என்னும் பிம்பம் பிற நடிகர்களிடமிருந்து அவரை வேறுபடுத்திக் காட்டிக் கொள்ள பயன்படுகிறது. ரஜினியின் பிதற்றலான சமூக வெளிப்பாடுகள் நடக்கும் போதெல்லாம் கமல் இந்த 'புத்திசாலி' பிம்பத்தை வெளிப்படுத்துவார். (ஒரு வகையில் தன் எதிர் பிம்பத்தை எதிர்கொள்ளும் நட்சத்திர உத்தியாகவும் இதனை நாம் கருதலாம்)

இந்திய - தமிழக அளவில் பார்ப்பனியம் தன்னுடைய பலவீனத்தைச் சரிசெய்ய, எதிரிகளை எதிர்கொள்ள வலுவான கருத்தியல் பின்னணியோடு விசுவாசமான இராணுவ சாதியினரையும் அணிதிரட்டிக் கொள்வதை வரலாற்று ரீதியாய்ப் பார்த்திருக்கிறோம். இந்தியாவின் வட்டார ரீதியாக இத்தகைய கூட்டணி ஏற்படுகிறது. தங்களை வன்முறைச் சாதியாக கருதிக்கொள்ளும் தேவர் சமூகத்தவரை கமல் திரட்டியிருப்பதை இப்படியும் சொல்ல முடியும். ஏற்கெனவே ஜெயலலிதா அரசியலுக்காக சசிகலா மூலம் தேவர் சமூகத்தவரைத் திரட்டியுள்ளார். பெரும்பான்மை இந்து மத அமைப்புகள் பெரும்பான்மையான இடைநிலைச் சாதியினரைத் திரட்டியுள்ளன என்பவை மேலும் சில அத்தாட்சிகள். இராணுவப் பலங்கொண்ட வன்முறை மூலம் பார்ப்பனியம் தன்னைப் பாதுகாத்துக் கொள்வது இயல்புதானே. கமலின் தேவர் சமூகம் பற்றிய படங்களில் அவர்களின் மூர்க்கத்தனத்தைத்தான் காட்டியுள்ளார் என்பது ஒருவாதம். உண்மைதான். ஆனால், அம்மூர்க்கத்தனத்தின் வெளிப்பாடுகளுள் ஒன்று தான் அவர்களின் சாதிய வன்முறையும் அதனைப் பதிவுசெய்ய முடியுமா?

படத்திற்கு எதிர்ப்பு தெரிவித்த கிருஷ்ணசாமி படப்பிடிப்பைத் தடுக்கக் கூடிய 'கும்பல்களாக'த் தன் இயக்கத்தினரைத் தயார்படுத்தவில்லை. ஆனால், அப்படியான பதற்றம் ஊடகங்களால் உருவாக்கப்பட்டன. இந்தப் பதற்றத்தை ஜெயலலிதா பயன்படுத்திக் கொண்டார். நாத்திகன், அசைவ விரும்பி, பூணூல் மறுத்தவர் போன்ற அடையாளங்களால் பார்ப்பனிய அடையாளங்களிலிருந்து விலகி நிற்கிறார் கமல். அடையாளம் மறுத்தலை எவர் செய்தாலும் சரியானதுதாம்.

ஆனால், மறுத்தலின் அரசியல் என்ன? அடையாளம் மறுத்த இடத்தில் நிறுத்தப்படும் புதிய அடையாளம் என்ன? என்பதுதான் கேள்வி. கமல் உருவாக்கும் பார்ப்பனரல்லாத தமிழ் அடையாளம் தேவர் சமூகத்திற்குரியதாக அமைகிறது. தமிழ் அடையாளத்தை மட்டுமல்ல தன் அடையாளத்தையும் அதற்குள்ளேதான் பொருத்திக் கொள்கிறார். சிறுவயது முதலே ஆர்.சி.சக்தி போன்ற தேவர் சமூகத்தவரோடு இருந்த நட்பு, தேவர் சமூக அடையாளங்களைக் கையாண்டதால் குடும்பத்தினர் தந்த பெயர் போன்ற செய்திகளை ஆங்காங்கே நேர்காணல், பேச்சு மூலமாக அவர் தொடர்ந்து வெளிப்படுத்தி வந்துள்ளார். இவை போன்ற ஏராளமான பிம்பங்களை உருவாக்கி இருக்கிறார். அவர் படத்தில் பாத்திரங்களின் பெயரிலும் அந்தத் தன்மை உண்டு. அபூர்வ சகோதரர்கள் - சேதுபதி, இந்தியன் - சேனாதிபதி, தேவர் மகன் - சக்திவேல், விருமாண்டி - விருமாண்டி என்று கமல் வைத்துக்கொண்ட பெயர்களில் தேவர் சாதி அடையாளம் தொக்கியிருப்பதையும் நாம் கவனிக்கலாம். இப்போது விருமாண்டி படத்திற்காகப் பிரபலப் பட்டிமன்றப் பேச்சாளர் கு.ஞானசம்பந்தன் மூலமாக பேரா.தொ.பரமசிவன் எழுதிய நாட்டார் சாமிகள் பற்றிய நூலைப் படித்துப் படம் உருவாக்கியதாகத் தகவல். தமிழ் கலாச்சாரத்தைக் குறித்துப் படமெடுக்கும் யாருக்கும் இக்கலாச்சாரத்தின் பிரதான பகுதியாயிருக்கும் பள்ளர், பறையர் வாழ்வு தெரிவதில்லை ஏன்? வெண்மணி, தாமிரபரணி கொலைகள், திண்ணியம், பாப்பாப்பட்டி போன்ற பிரச்சினைகளை மையமாக வைத்துப் படம் எடுக்கும் மனசாட்சி உண்டா? ஆதிக்கச் சாதிப் பெண்ணோடு வாழ அல்ல, ஒன்றாக சிதையில் எரிந்து சாம்பலாகும் வாய்ப்பைக்கூட தலித் சமூகத்தவர்க்குத் (பாரதி கண்ணம்மா) தராத சமூகம் இது. ஈரானிய இயக்குநர் மக்பல்ஃப் போன்றோர் படமாக்கவிருக்கும் கதை தொடர்பான ஆய்வை தொடர்புடைய இடங்களிலேயே பல காலம் தங்கி ஆய்ந்து படமெடுத்ததை வாசிக்கும்

போது நம்சூழலின் 'நேர்மை'யை நினைக்காமல் இருக்க முடியவில்லை. சமூகப் பின்னணியின் காரணமாகத் திரைப்பட தொழில்நுட்பங்களை முதலில் அடையப்பெற்ற மேட்டுக் குடியினர் படங்களை உருவாக்குவது மூளையால் தானேயொழிய இதயத்தால் அல்ல. இந்நிலையில் மேட்டிமைச் சாதி அடையாளங்களை மாற்றக் கோருதல், தமிழ்ப்பெயர் சூட்டக் கோருதல் போன்றவை சாதியால்-மொழியால் ஒடுக்கப்பட்டவர்களின் குறைந்தபட்ச சனநாயக கோரிக்கைகளே.

கமல் போன்றவர்கள் தலித் பிரச்சினைகளைப் படமாக்க வேண்டும் என்பதற்காக இவ்வளவையும் எழுதவில்லை. வேண்டாம் என்பதற்காகத்தான். தலித் பிரதிநிதிகளும், பிரதிகளும் சுதந்திரமாக இயங்கும் வெளி உண்டாக்கப்படும் போது தான் அது சாத்தியம். மற்றவர்கள் சொந்த வர்க்க / சாதியினர் பற்றி, அவர்களுக்குக் குற்றஉணர்வு ஏற்படும்படி பதிவுகளை நேர்மையோடு முன்வைக்க வேண்டும். இதையெல்லாம் விடுத்துத் தனக்குத் தொடர்பில்லாத வாழ்க்கை முறையைப் பதிவுசெய்ய ஆசை கொள்வது ஏன்? இல்லையெனில் பஞ்ச தந்திரம் போல் மேடை நாடக ஜோக் படங்களை எடுத்துக் கொள்ளட்டும். சுதந்திர போராட்ட தியாகியாகக் கம்யூனிஸ்ட்டாய் இந்துமத சாமியாராய், சாதித் தலைவனாய் இப்படியெல்லாம் கமல் நடித்தால்தான் நடிப்பு என்பதாகப் பிம்பம் உருவாக்கப்பட்டுப் பாராட்டப்படுகிறார். அவரால் நடிக்கப்படாத ஒரே வேடம் தலித் வேடம் மட்டுமே. வேண்டாம் கமல் விட்டுவிடுங்கள்.

- கவிதாசரண், மே, ஜூன் 2004.

அரிவாள் :
வீரலட்சுமியும் சண்டியரும்

தமிழ் சினிமாவின் இதயம் நேர்மைக்கு வெகு அப்பால் இருக்கிறது. லாபம் மட்டுமே அதன் உயிர். வர்த்தகத்திற்குத் தாட்சண்யம் கிடையாது. சூழலில் நல்ல சினிமாக்கள் உருவாக முடியாத அளவிற்குத் தமிழ் சினிமாவைத் தீர்மானிக்கக் கூடியவர்களாய் முதலாளிய ஆதிக்கச் சாதிய மனோபாவம் கொண்ட சக்திகளே இருக்கின்றனர். இதனால் எல்லாவிதப் பிரச்சினைகளையும் ஒரே மூச்சில் பேசிவிடக்கூடிய அளவிற்கு சினிமாவில் சூழல் கிடையாது. வெகுஜன மீடியாவில் ஓரளவு நல்ல படமாக வந்தால் அதனை முக்கிய படமாகப் பார்க்கிறோம். இந்த ஓரளவு என்பதற்குக் கிடைக்கும் வரவேற்பு முழுமையான அளவில் நல்லபடம் வர வாய்ப்பில்லை என்கிற செய்தியைச் சொல்லிவிடுகிறது. இப்படிச் சொல்லிக்கொண்டே காலந்தள்ளுவது அவமானத்திற்குரியது தான். ஒரு காலகட்டம் வரை பொதுவான அடையாளத்தின்கீழ் எடுக்கப்பட்ட இடதுசாரி சார்புடைய சினிமாக்களும் இப்போது இல்லாமல் போய்விட்டன. தொழில்நுட்பம் அபரிமிதமாய் வளர்ந்துள்ள இக்காலத்தில் பிரச்சினைகளைப் பேசுவதில் தமிழ் சினிமா நூற்றாண்டு கணக்காய் பின்னுக்கு நிற்கிறது. மாற்றுப் படங்களாகப் பல வந்துள்ள போதிலும் ‘கலைப்பட’ பார்வையாளருக்கென்று தனித்து நின்று போயின. இந்நிலையில் மக்களிடம் வினைபுரியும் வெகுஜனப் படங்களைத்தான் பொருட்படுத்திப் பேச வேண்டியுள்ளது. நிஜத்தில் வெகுஜனப் படங்கள் என்ன மாதிரியான பங்களிப்பைச் செய்து வருகிறது?

பழம் சமூகத்தின் அதிகாரங்களை நவீன சமூகத்திற்கு மாற்றியும் காப்பாற்றியும் தரும் வேலைப்பாடுகளை ஊடகங்கள் நிகழ்த்துகின்றன. சான்றாக, சாதியின் வழிப்பட்ட வன்முறைகளுக்குச் சமூக ஒப்புதலை பெரிய ஊடகங்கள் பெற்றுத் தருகின்றன. அண்மையில் வெளியான இரண்டு படங்கள் குறித்த ஊடகங்களின் சித்திரிப்பினைக் கொண்டு மதிப்பிடலாம்.

கோவில்பட்டி வீரலட்சுமி என்னும் திரைப்படம் வெளியாகியுள்ளது. சாதி வன்மத்தினாலும், காவல் துறையினராலும் பாதிக்கப்படும் பல தலித் குடும்பங்களில் ஒன்றான வீரலட்சுமி குடும்பம் குடும்ப உறுப்பிரான பெண் தலைமையில் எதிர்த்துப் போராடுவதும் அதனூடான சம்பவங்களுமே படம். மக்கள் மத்தியில் ஓடுவதற்கான வியாபார ரீதியான விஷயங்கள் அடங்கிய படம் இது. முன்னணி நாயகி, பாடல்கள், காட்சியமைப்புகள் முதலியவை அதற்குச் சான்றுகளாகும். உண்மைக் கதையெனக் கூறப்படும் இப்படத்தை இயக்கிய விதத்தில் சில பிரச்சினைகளும் இருக்கின்றன. தணிக்கைத் துறையினரால் பலமாகத் துண்டாடப்பட்ட இப்படத்தில் அதிசாகசம் இருந்தாலும் கூட கூர்மையான வசனங்களாலும், தூக்கலான காட்சியமைப்பினாலும் கூறவந்த விஷயத்தைச் சரியாக விளக்கிவிடுகிறது. போராட நிர்பந்திக்கப்பட்ட தலித் பெண்ணின் உணர்வை அடையாளப்படுத்துகிறது படம்.

"எங்க சாதிமக்க ஊருக்குள்ள செருப்பு போடாதுங்கிறதுக்கு எதிரானது என் அரிவாள்" என்கிறது படத்தின் வசனம். மேல்சாதி ஆண்மையை அழிப்பதற்குக் குறியீடாக அவனின் ஆண்குறியை ஒடுக்கப்பட்ட பெண் வெட்டுகிறாள். சாதியாண்மைக்கு எதிரான குறியீட்டு ரீதியான போர் இது இப்பிரதியில் ஆண்கூட சோர்ந்து போகிறான். பெண்தான் இறுதிவரை போராளியாய் வாழ்ந்து மடிகிறாள். ஊனமுற்றிருந்தாலும் ஆதிக்கச் சாதி ஆணுக்குள் இருப்பது சாதிய பாலியல் வெறி. பாதிக்கப்பட்ட வீரலட்சுமிக்கு சார்பான வழக்கறிஞர்கூட அவளது சாதியாகவே இருப்பது போன்ற காட்சிகள் நுட்பமாக அமைந்துள்ளன.

ஒரு படம் எடுக்கப்பட்டுவிட்டால் மட்டும் போதாது. அப்படம் ஓடுவதற்கு விளம்பரங்கள், ஆதரவு, மீடியாக்களின் மதிப்பீடு போன்றவையெல்லாம் சேர்ந்து வினைபுரிகின்றன. மக்களிடம் கருத்தை உருவாக்கிப் பரப்பும் ஊடகங்களின் எண்ணத்தையும் சேர்த்துதான் படத்தின் ஓட்டம்

அமைகிறது. இப்படியான ஆதரவு எவையும் வீரலட்சுமிக்குப் போதிய அளவில் இல்லை. படம் சத்தமில்லாமல் பெட்டிக்குத் திருப்பிக் கொண்டிருக்கின்றன. இந்நிலையில் இப்படம் குறித்து ஊடகங்களின் இதுவரையிலான எதிர்வினைகளைக் காண்பது இங்கு அவசியம். படத்தை ஒட்டி எதிர்மறையான செய்திகள் தாம் வெளியாயின. இருவிதமாகப் பொது ஊடகங்கள் இந்தப்படத்தை அணுகின.

1. படத்தைப் பற்றிப் பேசாமலேயே மௌனமாக இருந்துவிடுவது.

2. எதிர்மறையான செய்திகளைத் தருதல்.

படப்பிரதியைப் பற்றிய எதுவுமே பேசாத பத்திரிகைகள் படத்திற்கு வெளியே அது உண்மைக்கதையா? என்று புலனாய்ந்து உண்மைக்கதையாகச் சொல்லப்படுவது பொய் என்றெழுதியது. அதோடு வீரலட்சுமி கொள்ளைக்காரி என்றும் சொல்லினர். இதுபோன்ற கதைகள் நிஜத்தில் நடந்ததா? என்று ஆராயும் பத்திரிகைகள் சாதி சினிமாக்களின் கற்பனையை "எதார்த்தத்தைபோல் இருக்கின்றன" என்று கொஞ்சி மகிழ்கின்றன. ஏனிந்த இரட்டை நிலைபாடு? கதை உண்மையாக இருந்திருக்குமானால் இந்த ஊடகங்கள் என்ன செய்திருக்கும்? "படத்தில் சொல்லப்பட்டவையெல்லாம் நடந்தவை அல்ல. சில உண்மை சம்பவங்களைத் தொகுத்துக் கொண்டு புனையப்பட்டதுதாம்" என்னும் பொருள்பட இயக்குநர் பதிலளித்து இருந்தார்.

இப்படம் உண்மைக்கதையா இல்லையா என்பதல்ல நம் பிரச்சினை. மாறாக இப்பட சித்திரிப்பு எதார்த்தத்தைப் பிரதிபலிக்கிறதா? இல்லையா என்பதே கேள்வி. படத்தின் காவல் துறை வன்முறைகள் கொடியங்குளம், சங்கரலிங்கபுரம் போன்ற ஊர்களை ஞாபகப்படுத்தும் வகையில் காட்சிப்படுத்தப்பட்டுள்ளது. சேரிக்குள் வரமறுக்கும் தேர் கண்டதேவியை நினைவுக்குக் கொணருகிறது. ஆதிக்கச் சாதியினரின் பாலியல் வன்மங்கள் மட்டுமல்ல அதற்கு எதிரான போராட்டங்களும் படத்திலுள்ளன.

கரிமேடு கருவாயன், சீவலப்பேரி பாண்டி முதலிய படங்கள் உண்மைக்கதை எனும் பெயரில்தான் வெளியாயின. இவைகள் உண்மைக்கதையா, கதையில் நிஜத்திற்கும், புனைவிற்கும் எத்துணை இடம் அளிக்கப்பட்டுள்ளது? என்றும் எந்தப் பத்திரிகையும் ஆராய்ந்ததாகத் தெரியவில்லை. ஆனந்த விகடனில் சௌபா எழுதிய சீவலப்பேரி பாண்டியின் கதை பல மாற்றங்களோடு

தான் படமாயின. கண்ணுக்குத் தெரிந்த இவைகளைக் குறித்து எழுத மறந்த, பேச மறுத்த ஊடகங்கள் வீரலட்சுமி கதையின் நிஜத்தன்மையைத் தேடித்திரிந்த உளவியல் என்னவகையானது? திண்ணியத்தில் தலித் மக்கள் இருவர் வாயில் மலம் திணிக்கப்பட்ட அசிங்கம் நடந்தேறியதைப் பற்றி எழுதும் போது "மலம் திணிக்கப்பட்டதாகக் கூறப்படும் நபர்" என்றும், தஞ்சையில் மகஇக நடத்திய பார்ப்பன பயங்கரவாத எதிர்ப்பு மாநாட்டை வெறும் "பயங்கரவாத எதிர்ப்பு மாநாடு" என்றும் எழுதிய தேசிய மற்றும் வட்டார நாளேடுகள் இவைகள்.

1990களுக்குப் பிறகு தமிழ்சினிமாவில் இந்து பெருமத தேசியவாதம் - இடைநிலைச் சாதிகளின் நிலப்பிரத்துவ சாதிய பெருமிதம் பிற உழைக்கும் மக்கள் குறித்த வழக்கமான இழிபார்வை ஆகியவை வரையறுக்கப்பட்ட அடையாளங்களோடு சித்திரிக்கப்பட்டன. தேவர் மகன், சின்னக்கவுண்டர், எஜமான், நாட்டாமை, தவசி போன்ற சாதிப்பெருமிதக் கதைகளின் அசல்தன்மையை அலசாமல் ஊக்கம் கொடுத்த இப்பத்திரிகைகளின் தர்மம்தான் என்ன? இந்த வகையான ஊடகங்களின் உண்மையான நோக்கம் வீரலட்சுமி போன்ற படங்களின் சாதிய எதிர்ப்புக் கூறுகளைப் பொய் என்று மறுக்கும் உள்நோக்கம்தான். சமூகத்தில் நிலவும் சாதியத்தினவுக்கு எவ்விதத்திலும் குறையாதது இப்போக்கு ஆகும். தன்னுடைய கதை, மொழி ஆகியவற்றின் வாயிலாக அதிகாரத்தைப் பொதுப்புத்தி சார்ந்த கருத்தாகப் பரவலாக்குவதை ஊடகங்கள் மேற்கொள்ளுகின்றன.

கோவில்பட்டி வீரலட்சுமி படத்தைப் பற்றி ஊடகங்களின் இத்தகைய 'அரிய ஆராய்ச்சி'யைப் புரிந்துகொள்ள வேண்டுமானால் சமகாலப் பிரச்சினை ஒன்றை ஒப்புநோக்கிப் பார்த்தால்தான் விளங்கும். இப்படத்திற்கு முன்புதாம் கமலஹாசன் விருமாண்டி என்று பெயர் மாற்றப்பட்ட சண்டியர் படத்தலைப்பை மாற்றக்கோரியும், அரிவாளால் வன்முறை பரவும் என்று எதிர்ப்புத் தெரிவித்தும் புதிய தமிழகம் கட்சி தலைவர் டாக்டர் கிருஷ்ணசாமி கருத்து வெளியிட்டார். சண்டியரின் அரிவாளை மறுத்த கிருஷ்ணசாமி வீரலட்சுமியின் அரிவாளைப் பற்றி பேசவில்லை. இந்தக் காரணம்தான் வீரலட்சுமியைக் குறித்த ஊடகங்களின் அவதூறுக்கு வழிகோலின.

கமலின் சண்டியர் படத்தையும், அரிவாளையும் எதிர்த்த கிருஷ்ணசாமி அதே எதிர்ப்பை வீரலெட்சுமி படத்துக்காக ஏன் எழுப்பவில்லை என்று

எழுதியதோடு அவரிடமும் கேள்வியாகப் பேட்டியொன்றில் கேட்கப்பட்டது. கமலஹாசன் ஆதிக்கச் சாதி பிரதிநிதியாய் எடுக்கும் அரிவாள் ஆதிக்கத்திற்காகத் தான். வீரலட்சுமியின் அரிவாள் சாதியாதிக்கத்திற்கு எதிரானது. இந்த வேறுபாடுகளைப் பேசாமல் "பொது நியாயம்" என்னும் பெயரில் வெறுப்பைக் கட்டமைக்கின்றன. ஆங்காங்குத் தென்படும் ஒடுக்கப்பட்ட சாதிகளின் நியாயம் கூட இவ்வாறு மறைக்கப்படுகிறது.

கிருஷ்ணசாமியின் எதிர்ப்பைப் பாசிசத்தோடு ஒப்பிட்டுப் பேசிய, எழுதிய ஊடகங்கள் இங்கு அதிகம். குமுதம் இதழ் சனநாயகத்தின் எதிரியாக அவரை சித்திரித்து தன் 'சமுக அக்கறை'யை வெளிப்படுத்தியது. கடந்த காலத்தில் தேவர் மகன் சொன்ன பதிவுகள், அதுபோன்ற பதிவுகள் சமூகத்தில் செலுத்தியத் தாக்கம், அதனையொட்டியப் பிரச்சினைகள் போன்றவை, பழைய அனுபவங்கள், அதனையடுத்து அதே சமூகத்தை மையமாக வைத்து சண்டியர்பட அறிவிப்பு, அப்படத்தின் மதுரை தொடக்க விழா, கமல்ஹாசனின் நேர்காணல், சுவரொட்டிகள் முதலியவையெல்லாம் மீண்டும் தேவர்மகன் போன்றதொரு சினிமாவிற்கான வாய்ப்பு உருவாகிறது என்னும் எண்ணத்தின் அடிப்படையில் எதிர்ப்புத் தெரிவிக்கப்பட்டது. ஒரு வகையில் கிருஷ்ணசாமியின் எதிர்ப்புப் பெரும் பிரச்சினையைத் தவிர்த்திருக்கிறது என்றுதான் சொல்லத் தோன்றுகிறது. படம் எடுக்காததற்கு முன்பே தடை கோருவது சனநாயகப் பண்பல்லதான். ஆனால், 'பிரச்சினையின் மையத்தில் இருப்பவருக்கே அதன் ஆழம் புரியும்' என்பதையும் புரிந்துகொண்டு இந்த எதிர்ப்பைப் பார்க்க வேண்டும்.

மதுரையில் கிருஷ்ணசாமிக்கு எதிராக ஒட்டப்பட்டிருந்த சுவரொட்டி "இங்ஙனம் தேவர் மகன் ரசிகர் மன்றம்" என்ற வாசகத்தில் அமைந்திருந்தது. இது தற்செயலானதல்ல என்பதை யாரறிவார்? ஒரு வகையில் சாதி வன்முறைகளை எதிர்த்துப் போராடுவதில் ஊடகங்களின் இதுபோன்ற சித்திரிப்புகளுக்குமான எதிர்ப்பையும் அடக்கிக்கொள்ள வேண்டும் போல.

- கவிதாசரண், செப் - அக்டோபர் *2003.*

பாசிசம்: வெகுசன மனதில் உருவாகும் சூழல்

அது புதியகீதை என்ற விஜய் நடித்த படம் வெளியாகியிருந்த காலம். நண்பகல் நேரம், நல்லவெயில், மினிபேருந்து வழக்கமான தாமதத்தோடு புறப்பட்டது. பேருந்தில் என்னருகே அமர்ந்திருந்த பயணி ஒருவர் ஜுனியர் விகடன் இதழைப் படித்தபடியே வந்தார். நானும் எட்டிஎட்டிப் பார்த்துக்கொண்டேன். சற்றுநேரம் கழித்து என்னைச் சீண்டிய அவர் “இங்க பார்த்தீங்களா? இவங்க அநியாயத்தை” என்று ஜுனியர் விகடனின் பக்கமொன்றைக் காட்டினார். திருச்சியைக் கலக்கிய போஸ்டர் என்ற தலைப்பில் புதியகீதை படவெளியீட்டையொட்டி விஜய் ரசிகர்கள் அவரை கிருஷ்ணராக சித்திரித்து ஒட்டிய சுவரொட்டிகளைக் குறித்த கட்டுரை அது. “இவனெல்லாம் ஒரு ஆளு, கடவுளா பார்க்கக்கூடிய அளவுக்கு ஆயிட்டானா” என்று ஆபாசமான வார்த்தைகளில் திட்டிய அவர் ஆவேசமாகக் காணப்பட்டார்.

இப்பொழுதெல்லாம் சனநாயகமான கருத்தை விவாதித்துக் கொள்ளக்கூடிய ஆரோக்கியமான சூழல் இல்லாததால் மறுப்பேதும் பேசாமல் வரவேண்டியிருந்தது. ஆனால், அவர் தொடர்ச்சியாக வசைபாடிய படியே வந்தார். இதழின் அடுத்தடுத்த பக்கங்களைப் புரட்டிக்கொண்டே சென்றார். புரட்டிய பக்கங்களின் சினிமா பக்கங்களைக் காட்டி “இவங்களெல்லாம் நம் பொண்ணுங்கதானே” என்று கவர்ச்சியான படங்களைக் குறித்துக் கேட்டேன். கேள்வியின் அர்த்தத்தைப் புரிந்துகொண்ட அவர் “இது சினிமாங்க... சும்மா கவர்ச்சிதானே. தன்னைக் கடவுளா போஸ்டர் போடுவதும் இதுவும் ஒண்ணா” என்று கேட்டார். மெதுவாகப் பேச்சு தொடங்கியது.

தொடர்ந்து பேசிப் பார்த்தபோது அவர் எந்த இந்துமதவாதக் கட்சியிலும் இருப்பவரில்லை. கடவுள் பக்தி மட்டும் கொண்டிருப்பவர் என்பதைப் புரிந்து கொள்ள முடிந்தது. அதோடு தாம் ஏன் கோபப்படுகிறோம் என்பதற்கான காரணமோ, தான் கோபப்படும் பிரச்சினைக்குத் தர்க்கபூர்வ பதிலோ அவரிடமில்லை. எளிய உழைக்கும் சாதியினராகத் தன்னை சொல்லிக்கொண்ட அவர்போன்ற மனிதர்களின் பொதுப் பார்வைக்குக் கொணரப்படும் இதுபோன்ற விவகாரங்கள் அவர்களுக்கு ஏற்கெனவே இருக்கும் இயல்பான நம்பிக்கையோடு இணைக்கப்பட்டு உணர்ச்சி பூர்வமான விஷயமாக மாற்றப்பட்டு விடுகின்றன. இதனால் கேள்விகள் ஏதுமற்று ஏதாவது ஒன்றிற்காக வெகுஜன உளவியல் கோபப்படுகிறது. இதனையே இந்துமத அபிமான கோபமாக மாற்றிக்காட்டும் வேலையை 'அரசியல்' செய்கிறது.

வெகுஜன மக்களின் இயல்பான நம்பிக்கைகள் அவர்கள் அறியாமலேயே இந்து பெருமத சக்திகளின் நடவடிக்கைகளுக்கு உகந்ததாக மாற்றப்பட்டு வருவதை நாம் அறிய வேண்டும். சில மாதங்களுக்கு முன் சன் தொலைக்காட்சியின் நேருக்கு நேர் நிகழ்ச்சியில் இசுலாமிய அமைப்பைச் சேர்ந்த ஒருவரும் இந்துமத அமைப்பைச் சேர்ந்த ஒருவரும் பங்கேற்றிருந்தனர். விவாதத்தில் பாபர் மசூதி இடிப்புத் தொடர்பான பேச்சும் வந்தது. ராமர் சிலை வலுக்கட்டாயமாகப் பாபர் மசூதியை ஒட்டி ஏற்கெனவே வைக்கப்பட்டு அதன் தொடர்ச்சியாக அங்கு கோயில் இருந்ததாகச் சொல்லப்படுகிறது என்று ஆண்டுவாரியான விவரங்களை இசுலாமிய அமைப்பாளர் அழுத்தமாக முன்வைத்துக் கொண்டே செல்ல, இப்படியான ஆதாரங்கள் சொல்லுவதை விவாதத்தின் அம்சமாகக் கருதாத இந்துமத அமைப்பைச் சேர்ந்த அவர் "அது இந்துக்களின் உணர்வு. அதைப் பிறர் புரிந்து கொள்ள முடியாது. ராமர் கோயில் அதே இடத்தில்தான் கட்ட வேண்டும் என்பது இந்துக்களின் உணர்வு" என்பதையே தொடக்கம் முதல் இறுதிவரை பேசினார். எதிர்தரப்பின் வாதங்களையோ, ஆதாரங்களையோ பொருட்டாகக் கருதாத அவர்கள் தம் தரப்பைத் தர்க்கமற்ற உணர்வினால் முன்வைக்கின்றனர்.

சனநாயக ரீதியாக எதையும் விவாதிக்கத் தயாரில்லாமல், தங்கள் தரப்பையே 'அனைவரின் விருப்பம்' போல் பேசி வருவது பாசிச சக்திகளின் பாணி. காரணத்தையோ ஆதாரங்களையோ தெரியவிடாமல்

வெற்று உணர்ச்சியின் அடிப்படையில் ஒருவித 'மந்தைத்தன' திரட்சியைக் கருத்தியல் ரீதியாகத் தயாரிப்பதும் பாசிசத்தின் பணிகள்தாம். அது தான் நம் சூழலில் நடக்கிறது.

இவ்வாறான மந்தைத்தன உளவியலுக்கு அடிபட்டுப் போன எளிய மனிதரொருவரின் குரல்தான் இங்கே நடிகர் விஜய்யை நோக்கி வெளிப்பட்டது. தாம் கோபப்படுவதற்கான அடிப்படை அவர்களுக்குத் தெரிவதில்லை. தெரியவைக்கப்படுவதுமில்லை. இத்தனைக்கும் இப்போஸ்டர் ஒட்டியவர்களுக்கு இந்துமதத்தை இழிவுபடுத்த வேண்டும் என்னும் திட்டமெல்லாம் இருந்திருக்க முடியாது. சராசரியான வணிக சினிமாதான் புதியகீதை. எதிர்ப்பைக் கண்டதும் கீதை என்ற பெயரை புதியகீதை என்று மாற்றியது முதல் வருத்தம் தெரிவித்தது வரை வணிகம் கருதும் சினிமாவுலகில் அந்நடிகர் செய்திருந்தார். (உண்மையில் இப்படத்தின் பெயர், கதை போன்ற குப்பைகளிளெல்லாம் நமக்கு உடன்பாடில்லை என்பது வேறு விசயம்).

அன்பே சிவம் வெளியான போது மதுரையில் சிவபெருமான் தோற்றத்தில் கமல் சுவரொட்டிகளில் காட்சியளித்தார். இதுபோல பல நடிகர்களுக்கும் பலவேளைகளில் செய்யப்பட்டுவருகின்றன. ஆனால், கீதை எனும் தலைப்பு, கிருஷ்ணரின் தோற்றம் ஆகியவற்றிற்கு எழுந்த எதிர்ப்பு கமல்ஹாசனின் சிவன் சித்திரிப்பு உள்ளிட்டவைகளுக்கு எழவில்லை ஏன்? இது திட்டமிடாத எதிர்ப்பு என்று சொல்ல இயலாது. இது காலம் வரை இதுபோன்ற சித்திரிப்புகள் வந்த போது வெகுஜனம் வரை கொணர வரப்பட்டதில்லை. நடிகர் விஜய் மதத்தால் கிறிஸ்தவர் என்பதாலேயே அத்துணை கடுமையாக எதிர்க்கப்பட்டார் என்பதுதான் உண்மை. அதாவது இவ்வாறு இந்து மத அடையாளங்களை 'இழிவு' படுத்துவது அவர் கிறிஸ்தவராக இருப்பதால்தான் என்பதே இதன்பொருள். ஆனால், விஜய்யின் ரசிகர்கள் இந்துக்கள் தாம் என்பது சொல்லப்படாத உண்மை. விவேக் போன்றோர் மூடநம்பிக்கை எதிர்ப்பு எனும் பெயரில் சிறுதெய்வங்களான வெகுமக்களின் சாமிகளை மட்டுமே கிண்டலடித்து வருகிறார்கள். சாதி, வர்ணாசிரமம், ஆணாதிக்கம் போன்ற கருத்தியல்களை உரையாடல் மற்றும் காட்சிரீதியாக வெளிப்படையாகவோ, நுணுக்கமாகவோ சித்திரிக்கும் படங்கள் வெளியாகிக் கொண்டிருக்கின்றன. இவைகளை எதிர்த்து சிறுகுரல் கூட எழுப்பப்பட்டதில்லை. காரணம் இப்பாசிச சக்திகளின் சமூக லட்சியங்கள் இப்படங்களின் கருத்தியல்கள் தாம்.

சனநாயக ரீதியான மாற்றத்தினை விரும்புவோர்க்கு இச்சூழல் சவாலானது தாம். பெருமத சக்திகளின் எண்ணத்திற்கு ஆட்பட்ட எல்லோரும் அதன் அரசியல் நோக்கம் அறிந்துதான் இருக்கிறார்கள் என்றோ, ஆட்டபட்டவர்களை உடனே எதிரிதான் என்றோ சொல்ல முடியுமா? என்பதுதான் கேள்வி. இங்குதான் பிரச்சினையே எழுகிறது. பொதுப் புத்திக்கு ஆட்பட்ட ஒருவரை முற்றாக ஒதுக்கி விடுவதோ, அவர் கொண்டுள்ள நம்பிக்கையைப் 'பொய்' என்று சொல்லிவிடுவதோ பழைய பார்வையின்படி நாத்திகமே சரியென்று சொல்வதோ எளிமையானது. அதுபோன்ற முற்றுப்பெற்ற முடிவுகளின் இடத்தில் விவாதம் தேவையில்லை. ஆனால், அதனையும் தாண்டி வெகுமக்கள் நம்பிக்கைகளைப் பற்றி நிற்பதற்கான தேவை. சூழல் குறித்துதான் நாம் யோசிக்க வேண்டியிருக்கிறது.

இந்நிலையில் இந்து மதமும், அதனால் பயனடைவோர் பிடித்து நிற்கும் அடையாளங்களும் மோசடியானவை. உண்மையில் அவர்களுடையவை என்று சொல்லப்படும் எவையும் அவர்களுடைய தல்ல. அவை எல்லாம் இம்மண்ணின் பூர்வகுடிகளுடையதே. பூர்வகுடிகளிடமிருந்து பறிக்கப்பட்ட அடையாளங்களையே சாதிபேதங்கலந்து பிராமணர்கள் வைத்திருக்கிறார்கள். அவைகளின் சாதிபேத அழுக்கை அகற்றி மீட்பது அவசியம் என்று புதுவிதமான சிந்தனையை 100 வருடங்களுக்கு முன்பே பேசிய தமிழ்ச் சிந்தனையாளர் அயோத்திதாசர் நினைவுக்கு வருகிறார். நம்மிடமிருந்து கைப்பற்றிவிட்ட காரணத்தாலேயே நம் அடையாளங்களை நாமே நீங்கிச்செல்வது சரியானதுதானா? எதுவுமே இல்லையென்று சொல்லப்பட்ட ஒடுக்கப்பட்டவர்களுடையதுதாம் இங்குள்ள எல்லாமும் என்று முதன்முதலாகச் சொன்ன அயோத்திதாசரை மறக்க முடியுமா?

- புதிய காற்று, எல்டி 2004.

விவேக்:
நகைச்சுவையும் நயவஞ்சகமும்

சினிமா கலைஞர்களுக்கு அடைமொழியாகப் பல்வேறு பட்டங்கள் வழங்கப்படுகின்றன. இத்தகைய பட்டங்களை வழங்குவோர் பட்டம்பெறுவோர் வணிகரீதியான நலனை அடையக்கூடிய திரைப்பட விநியோகஸ்தர்கள் / நிறுவனங்கள் முதலியனவாக இருக்கின்றன. பல நேரங்களில் இத்தகைய அடைமொழிகள் பொருத்தமற்று இருந்தாலும், பிறகு அத்தகைய அடைமொழிக்கேற்பத் தனது நடிப்பு வெளிப்பாட்டை நிகழ்த்தும் நடிகர்களும் உண்டு. அப்படித்தான் இப்போது திரைப்படக் கலைஞர் விவேக்கிற்கு சின்னக் கலைவாணர், சனங்களின் கலைஞன் முதலிய அடைமொழிகள் வழங்கப்பட்டிருக்கின்றன.

கலைவாணர் என்.எஸ்.கே. தனது நகைச்சுவை மூலம் சமூகச் சீர்திருத்தக் கருத்துகளை வலியுறுத்தினார். அவரது இந்தச் சீர்திருத்தக் கருத்துகளில் அவர் காலத்துச் சமூக அரசியல் கருத்தின் பின்புலமும் பாதிப்பும் இருந்தது. குறிப்பாக, நாத்திக இயக்கமாக அறியப்பட்ட திராவிடர் இயக்கத்தின் பாதிப்பு இருந்தது எனலாம். அந்த வகையில் கலைவாணரின் நகைச்சுவை ஒடுக்கப்பட்ட மக்களின் அரசியல் தன்னிலைக்குச் சார்பானதாக இருந்தது என்றும் கணிக்கலாம். இப்போது விவேக் சீர்திருத்த - நாத்திகக் கருத்துகளைப் பேசுபவராக அவராலும், ஊடகங்களாலும் சொல்லிக் கொள்ளப்படுவதால், சின்ன கலைவாணராகச் சித்திரிக்கப்படுகிறார். விவேக் இப்போது ஏகாதிபத்திய குளிர்பான விளம்பரம் முதல் திரைப்படங்கள் தொலைக்காட்சி நிகழ்ச்சிகள், பத்திரிகைச் செய்திகள் என எல்லா

இடங்களிலும் இதே அடையாளத்தோடு பேசுவதும், இத்தகைய நாத்திக அரசியலை முன்னிறுத்தித் தன்னைத் தனித்துக்காட்டியும் வருகிறார். தான் பேசும் நடிக்கும் காட்சியையும், உரையாடலையும் சொந்தமாக அமைத்துக் கொள்பவராகவும் இருக்கும் விவேக்கின் நாத்திகம் உண்மையிலேயே நாத்திகம் தானா? அப்படியானால் அவரது நாத்திகத்தை சமூகச் சீர்திருத்தமாகக் கருதலாமா? இந்நாத்திகம் யாருக்குச் சாதகமானது? விவேக்கின் இத்தகைய போக்கினை வெறும் பிழைப்பு வாதம் என்று கூட தள்ளிவிடலாம் தான். ஆனால், விவேக்கின் இத்தகைய நாத்திகக் கருத்துருவாக்கம் என்பது எழுந்து வரும் இந்துப் பெருமதச் சக்திகளின் பாசிச அரசியலுக்கு நெருங்கி வருகிறது என்பதே நம்மளவில் பிரச்சினை.

இந்திய தத்துவ வரலாற்றில் நாத்திகம் என்பது தனித்த சிந்தனைப் போக்காக எப்போதும் இருந்து வந்துள்ளது. என்றாலும் நாத்திகம் வெகுஜன அரசியல் தளத்தை எட்டியது பெரியார் ஈ.வெ.ரா. காலத்தில்தாம். பார்ப்பனிய எதிர்ப்பு - சாதிய ஒழிப்பு என்பதை உள்ளடக்கிய பெரியாரின் நாத்திகம் அவரளவில் நியாயம் நியாயந்தான் என்கிற தொனியில் பெருந்தெய்வம் - சிறுதெய்வம் என்று பங்கு பிரிக்காமல் ஒற்றைத் தொனியில் கடவுள் மறுப்பு என்றே அமைந்திருந்தது. திரைப்படங்களைப் பொறுத்தவரை எம்.ஆர்.ராதா போன்றோர் இப்போக்குகளைப் பெரும்பாலும் பிரதிபலித்தவர்களாக இருந்தார்கள். ஆனால், ஒன்றே குலம் ஒருவனே தேவன் கோஷத்தை உள்வாங்கிய தி.மு.க.வினரின் நாத்திகத்தில் படிப்படியாகப் பெருந்தெய்வக் கிண்டல்கள் குறைந்து - சிறுதெய்வ நாட்டார் மரபுகள் மட்டுமே கிண்டலடிக்கப்படும் அடையாளங்களாக நின்று போனதை தி.மு.க. வகையிலான கதைகள், திரைப்படங்கள், நாடகங்களை உற்றுக் கவனிப்போர் உணரமுடியும். பிறகு தமிழ்ப் படங்களில் நாத்திகம் பேசுவோர் வில்லன்களாகவே சித்திரிக்கப்பட்டு வந்தனர். எப்போதாவது தலைகாட்டும் இவ்வுணர்வு இப்போது விவேக்கிடம் தூக்கலாகத் தெரிகிறது.

விவேக்கின் நகைச்சுவையை நாத்திகம் என்றுகூட கூறத் தேவையில்லை. அவரது வார்த்தைகளில் மூடநம்பிக்கை மறுப்பு என்பதாகவும் கூறலாம். ஆனால், இவரது மூடநம்பிக்கை மறுப்புப் பிரச்சாரம் எளிய உழைக்கும் - ஒடுக்கப்பட்ட மக்களுக்கு எதிரானது. பார்ப்பனிய இந்துமத அதிகார நலன் சார்ந்தது. எந்தவிதத்திலும் பார்ப்பனிய சடங்குகளைப் பெருந்தெய்வ வழிக் கதைகளின் வன்முறைகளைக் கண்டிக்காதது. முற்போக்குப் பேசும் விவேக் தனக்கு சன் தொலைக்காட்சியால் வியாபாரரீதியான பிரச்சினை

வந்தபோது தன் சாதிய அடையாளத்தை வெளிப்படையாகக் கூறி அந்நிறுவனத்தை மிரட்டியது பலருக்கும் நினைவு இருக்கும். உண்மையில் விவேக்கின் நகைச்சுவையால் எதிர்மறையான அர்த்தப்பாடுகளே திரைப்படப் பார்வையாளர்களுக்கு உருவாகின்றன. எடுத்துக்காட்டாக சாமி திரைப்படத்தின் நகைச்சுவை(?) வசனங்கள்.

நாகரிக சமூகமாகத் தன்னை அறிவித்துக் கொள்ளும் இன்றைய சமூகம் நாட்டுப்புற மக்களை நாட்டுப்புறப் பண்பாடுகளை இழிவானவர்களாக - இழிவானவைகளாகக் கருதி அவைகளைத் திருத்தப்பட வேண்டியவைகளாகக் கருதி, தங்களாலே திருத்தப்பட முடியும் என்று தனது மேலான அதிகாரத்தை விவரிக்கிறது. வைதீகப் பார்ப்பனிய பெருந்தெய்வ பீடங்கள் நாட்டுப்புற கடவுள்களை, சடங்குகளை மாற்றப்பட வேண்டியவையாகவும் அந்த இடத்தில் வைதீகக் கடவுளர்களை மையங்கொள்ள வைப்பதுமே தனது பார்வையாகக் கொண்டுள்ளன. எல்லாவற்றையும்விட வேதத் தலைமையையும் பிராமணத் தலைமையையும் அதன் வழியிலான சாதிய - வர்ணாசிரமப் போக்குகளைப் பின்பற்றாத இறுக்கமான மத வரையறைகள் அற்ற நாட்டுப்புற மரபுகள் மீது வைதீக மதம் அதிகக் கோபம் கொண்டுள்ளது. ஏனெனில் நாட்டுப்புறக் கடவுள்களுக்குத் தனியே கருவறை கிடையாது. கருவறை இல்லாததால் பிராமணியப் பூசாரி மட்டுமே நுழைய வேண்டிய அவசியம் இல்லை. அவர்களுக்குள்ளே ஒருவர் பூசாரியாக இருப்பார். தாம் உண்ணும் பொருட்களையே தம் கடவுளுக்குப் படைக்கும் மரபு அவர்களுடையது. நாட்டுப்புற மக்களின் நம்பிக்கை முழுவதும் சொந்த வாழ்வு, தொழில், உணவு, சிந்தனை முதலியவற்றால் ஆனது. சொர்க்கம், வேள்வி, வடமொழி, மந்திரம், யாகம் முதலிய பிராமணியத் தன்மைகளை ஏற்காமல் வேறுவித பூஜைவிதிகளைப் பெற்று விளங்குகிறது. அதிகாரத்தை விரும்பும் எல்லா பார்வைகளுமே நாட்டுப்புற மரபுகளை இழிவாகவே அணுகுகின்றன. அதனால் தாம் தமிழ்த் திரைப்படங்களில் கீதை, கிருஷ்ணர் போன்ற பெயர்கள் உருவங்கள் போன்ற சித்திரிப்புகள் வந்தால் கண்டிக்கும் இந்துமத அமைப்புகள், இதுவரையில் விவேக்கின் கடவுள் கிண்டல்களைக் கண்டித்ததில்லை என்பதைக் கவனிக்க வேண்டியுள்ளது. விவேக்கின் பார்வை தங்களுக்குச் சாதகமான ஒன்று என்று அவை கருதுகின்றன.

எண்ணற்ற மக்களின் வழிபாட்டுத் தலத்தை இடிப்பது - அதன்வழியாகக் குஜராத் போல மக்களைக் கொன்றழிப்பது, சாதியை, வர்ணாசிரமத்தைப்

போற்றுவது என்ற நடவடிக்கைகளை அடக்கிய வைதீக மதத்திற்கு ஆதரவும், எளிய மக்கள் மீது கருத்தியல் வன்முறை நிகழ்த்துவதும் பகுத்தறிவு. இதன் பெயர் பகுத்தறிவு அல்ல. பாசிசம்.

நாம் எழுப்பும் கேள்விகளுக்கான பதிலை தேடிப் பார்ப்போமானால், விவேக் இத்தகைய பார்ப்பனிய நாத்திகத்தைத் திட்டமிட்டுத்தான் பேசுகிறார் என்பது தெரிய வருகிறது. ஆனந்த விகடன் (03-08-2003) இதழில் சட்டையில்லாமல் விவேக் சங்கராச்சாரியார் கீழ் அமர்ந்திருக்கும் படத்தோடு, அவரின் கட்டுரையும் வெளியாகியுள்ளதைக் கவனிக்கலாம். அந்தக் கட்டுரையில் விவேக்கின் அரசியல் மூடநம்பிக்கை மறுப்பு அல்ல. மாறாக, இந்து பெருமதப் பிரச்சாரம்தான் என்பது தெரிகிறது. தான் சங்கராச்சாரியிடம் கேட்க விரும்பிய சில கேள்விகளை விவேக் அக்கட்டுரையில் கூறுகிறார். அவற்றுள் சில:

1. இந்து மதத்தை மற்ற மதங்கள் போல கெடுபிடிவிதிகள் போட்டு நெறிப்படுத்த இயலாதா?
2. முரட்டுத் தெய்வங்களை உருவாக்கி, முட்டாள்தனமான சடங்குகளை ஏற்படுத்தி காட்டுமிராண்டித்தனமாக வாழ்பவர்களைச் சீர்படுத்த இயலாதா?

- இதிலிருந்து நமக்குச் சில செய்திகள் தெரியவருகின்றன.

இந்துமதம் தாராளமான - சனநாயகமான மதம் போலவும், மற்ற மதங்களில் அப்படியில்லாமல் இறுக்கமாக விதிகள் போட்டுள்ளார்கள் என்பதும் முரட்டுத் தெய்வங்கள் (கிராமசாமிகள்) ஒழிக்கப்பட வேண்டியவை, சிவன், கிருஷ்ணன் புத்திசாலி சாமிகள், அவை வணங்கப்பட வேண்டியவை என்ற அர்த்தமும் உருவாகிறது. இதன் கூடவே சங்கராச்சாரி சார்ந்த வழிபாடும் கடவுளும் மிக உயர்வானவையாக - புனிதமானவையாகக் கேள்வி கேட்க இயலாததாக இங்கு முன்நிறுத்தப்படுகிறது. இதற்கான மேலான அதிகாரம் சங்கராச்சாரியிடம்தான் உள்ளதாக விவேக்கின் கேள்விகள் அர்த்தத்தைத் தருகின்றன.

பெரியாரின் நாத்திகம் கிராம சாமிகளைத்தான் கண்டித்தவை என்பது போலவும் பேசுகிறார். பெரியாரின் நாத்திகம் சங்கரமடத்தை, பார்ப்பனியத்தனத்தைச் சாதியை மறுத்த நாத்திகம். அத்தகைய நாத்திகத்தை

கைக்கொள்ளும் மன தைரியம் விவேக்கிற்குக் கிடையாது என்பதை அவர் சார்ந்த பேச்சுகளும் நிகழ்வுகளும் நிரூபித்து வருகின்றன. இத்தகைய போக்கை அனைவரும் புறக்கணிக்கவும் கண்டிக்கவும் வேண்டும். நம் சூழலில் சாமி இல்லாதவர்கள் எல்லாம் முற்போக்கானவர்களாகக் கூறப்படுவதுண்டு. எல்லா நாத்திகமும் சாமியை மறுக்கும். ஆனால், இங்கு சாமியை விட மறுக்க வேண்டியவை சாதிதான். அச்சாதியை நேரடியாகவோ, மறைமுகமாகவோ காப்பாற்றும் எல்லோரும் பிற்போக்குவாதிகளே. விவேக்கும் அப்படியே.

- கலை, நவம்பர் 2003.

தீக்கொழுந்து
விவரணப்பட விமர்சனம்

மக்கள் கலை இலக்கியக் கழகம் இயக்கி வெளியிட்டுள்ள தீக்கொழுந்து என்னும் விவரணப்படத்தின் இரண்டு பாகங்களையும் பார்க்கும் வாய்ப்பு கிடைத்தது. நம் சூழலில் பிரச்சினையொன்றின் அடிப்படையில் சம்பவங்களைத் தொகுப்பதும், அதனை திரைப் படம் போன்ற ஊடகத்தில் ஆவணமாக்குவதும் பரவலாகத் தொண்டு நிறுவனங்களாலும், சில தனிநபர்களாலும் தான் செய்து வரப்பட்டன. தற்போது பிரச்சாரம் மற்றும் கலை இலக்கிய வெளிப் பாடுகளை அரசியல் போராட்டத்தின் முழுவேலையாகச் செய்யும் பொதுவுடைமை கட்சிகளுள் ஒன்றான மகஇக ஆவணப்படத்தின் வலிமையை உணர்ந்து எடுத்துள்ள படம் இது. இதுவரையிலான ஆவணப்படங்களில் அரசியல் பார்வை இருந்ததேயொழிய இதுதான் அரசியல்தீர்வு என்று சொல்லப்பட்டதில்லை. இயக்கமொன்று எடுத்துள்ள இப்படம் அப்படியொரு தீர்வைச் சொல்லுவதாக அமைந்துள்ளது. அந்த வகையில் தங்களின் வர்க்க அரசியல் நிலைபாட்டுக்கு நெருக்கமான பிரச்சினையொன்றை தேர்ந்தெடுத்துக்கொண்டுள்ளனர்.

இந்திய துணைக்கண்டத்தில் தனியார்மய பொருளாதாரக் கொள்கையின் காரணமாக ஏற்பட்டுள்ள தேயிலை விலை வீழ்ச்சி, பொருளியல் நசிவு, தேயிலை தொழிலாளர்களின் குலைந்த வாழ்வு, இதனால் ஒன்றுக்கொன்று தொடர்புடைய தொழில்களில் ஏற்பட்டுள்ள சரிவு, தேசிய இன உற்பத்தி மீதான நெருக்கடி ஆகியவற்றோடு இந்திய அரசின் ஏகாதிபத்திய ஆதரவு, பொருளியல் கொள்கை, சிபிஐ-சிபிஐ (எம்) போன்ற தேர்தல் அரசியல்

இடதுசாரி கட்சிகளின் துரோகநிலை போன்றவற்றை இணைத்து அதன் அடையாளமாக நீலமலையில் 'தேயிலைத் தொழிலாளர்' பகுதியில் எடுக்கப்பட்ட திரைப்படம் இது. ஏகாதிபத்தியம் மற்றும் உலக வங்கிகளின் பொருளியல் சுரண்டல் அதனூடாக ஏற்பட்டுள்ள போனஸ் பிரச்சினை, அரசுத்துறைகளில் ஏற்பட்டுள்ள விளைவுகள் போன்ற இச்சூழல்களில் கவனித்துக் கவலைப்பட வேண்டிய செய்திகளைச் சொல்வதாக இப்படம் அமைந்துள்ளது.

படத்தின் துவக்கமே இன்னப் பிரச்சினையைத்தான் பேசப்போகிறோம் என்று சொல்லி விடுகிறது. தேயிலை விலை வீழ்ச்சியை எதிர்த்துப் போராடிய நீலமலைத் தொழிலாளர்களின் போராட்டத்தையும் அவர்களை ஒடுக்கிய அரசு வன்முறையையும் சொல்லுகிறது. தொடர்ந்து வழக்கில் தொடர்புடைய வழக்கறிஞர், பல்வேறு கட்சியினர், கிராம மக்கள், சட்டமன்ற உறுப்பினர் ஆகியோரின் கருத்துகளையும் கேட்பதோடு முதல் பாகம் முடிகிறது. மைய அரசின் நிலை, பிற மாநிலங்களின் வீழ்ந்துள்ள விலை, இதனால் எங்கும் பாதிக்கப்பட்டுள்ள தொழிலாளர்களின் எண்ணிக்கை ஆகிய விவரங்களோடு தேயிலைத் தொழிலாளிகள், ஆலை முதலாளிகள், அரசு நிர்வாக அதிகாரி, தேசிய இன சிறு உற்பத்தியாளர்களின் நேர்காணல் போன்றவற்றோடு அனைத்து வேறுபாடுகளையும் மறந்து, வர்க்க போருக்குத் தயாராகக் கூறும் அரசியல் தீர்வை கிராம மக்களின் குரலிலிருந்தே வடிவப்படுத்தும் போது இரண்டாம் பாகமும் முடிவடைகிறது. ஏறக்குறைய ஒன்றரை மணிநேர திரைப்படத்தில் அணுகியுள்ள பிரச்சினைகளை 1. தொழிலாளர் நிலை, அரசியல் கட்சிகள் மற்றும் அரசின் நிலை போன்ற நிலவும் கூறுகள் 2. வர்க்க சார்பான அரசியலில், தொழிலாளர்கள் ஒன்று பட வேண்டும் என்னும் அம்சங்களிலும் அடக்கி சொல்லிவிடலாம்.

நிறைய ஓட்டுக் கட்சிகளை அவைகளின் கருத்து மூலமே அம்பலப் படுத்துவது சிறப்பு. திமுக சட்டமன்ற உறுப்பினரின் திமுக அரசுக்கு ஆதரவான பேச்சையும், அவர் சொல்லும் சொல்லிற்கு விரோதமாக நிலைமை இருப்பதையும் காட்சி மாற்றி மாற்றிக் காட்டுகிறது. போராட்டத்தில் ஈடுபடும் மக்களுக்குப் பக்குவம் போதவில்லை என்கிறார் பாஜக செயலாளர். "உங்களை எம்பியாகத் தேர்ந்தெடுப்பதில் பக்குவம் உள்ளவர்களாக இருந்த மக்கள் இப்போராட்டத்தின் போது பக்குவம் இல்லையா" எனக் கேட்கும் காட்சியும் உண்டு. படத்தில் நீலமலை, குன்னூர், ஊட்டி போன்ற பகுதிகள், தொழிலாளர்களின் ஊர்ப்பகுதிகள், தோட்டங்கள்,

ஜெயலலிதா, சிவசேனை பால்தாக்கரே ஆகியோரின் நட்சத்திரவிடுதிகள், மற்றும் சில எஸ்டேட்டுகள், தொழிற்சாலைகள் ஆகியவையெல்லாம் காட்டப்பட்டுள்ளன. இங்கு வாழும் படகா, கவுடா, இருளர், தாயகம் திரும்பிய தமிழர் போன்ற சமூகத்தினரின் குரல் பேச்சுமொழியிலேயே பதிவு செய்யப்பட்டுக் கேட்பது சுவை. இவையெல்லாமே இறுதியில் சொல்லவிருக்கும் அரசியல் தீர்வுக்கேற்ப நகர்த்தி செல்லப்படுகின்றன அதற்கேற்ப உரையாடல்கள் தொகுக்கப்பட்டுள்ளன.

நீலமலையின் நீண்ட மலைத்தொடர். வனப்பான இலைகள். சாலையில் கேமரா நீண்ட நேரம் தேவையில்லாமல் பயணிப்பது, பிரச்சினையின் தீவிரத்துக்குத் தொடர்பற்ற இசை போன்றவையெல்லாம் அடிக்கடி காட்டப்படுவது பேச எடுத்துக்கொண்ட கருத்தியலின் தீவிரத்தைக் குறைப்பதாக இருக்கின்றது. படம் முடிந்தவுடன் இந்நிலைக்குக் காரணமான சமூக அரசியல் நிலைமைகளின் மீது கோபம் இல்லாமல் போகிறது. சாதாரணமான பதற்றம் கூட இல்லை. இதற்குக் காரணமெல்லாம் படத்தினுள்ளேயே இருக்கின்றன. கலைகுறித்தெல்லாம் படக்குழுவினரிடம் கருத்து இருக்கிறது. ஆனாலும் படத்தொகுப்பில் பிரச்சினை இருக்கிறது. நீண்டதோர் உரையாடலில் பிரச்சினை சார்ந்த அம்சங்கள் மட்டுமே தொகுக்கப்படுவதைப் புரிந்துகொள்ள முடிகிறது. ஆனால், பேச்சில் வாக்கியமொன்று நிறைவுபெறும் முன்பே வார்த்தைகளைத் துண்டிக்கும் போது கருத்தும் பாதிக்கப்பட்டு விடுகிறது. அதேபோல படத்தின் இடையில் வரும் பாடல்கள் பிரச்சினைக்கு உடன்பாடானதாக அமையவில்லை. படகா இன மக்களின் பாடல் எது எனக் கேட்கப்படுகிறது. அவ்வாறு கேட்பதைவிட அப்பாடல்களின் இசை வடிவில் இயக்கப்பாடலை அமைத்து டைட்டிலில் அமைத்துக் கொண்டிருக்கலாம் என்பது ஒரு யோசனை. நீலகிரிப்பகுதி தமிழகத்தில் சற்றே வேறுபட்டபகுதி. இங்குள்ள நிலச்சூழல், சாதிகள், குழுக்கள், மொழிகள் என பலவும் வேறுபட்டவை. இவைகளுள் நிலவும் உறவும் வேறுபாடும் முக்கியமானவை. குறிப்பாகத் தமிழக இயக்கங்களால் கூட கண்டுக்கொள்ளப்படாத இப்பிரச்சினையை தேவகவுடா போன்ற கர்நாடக தலைவர்கள் முன்னெடுத்த காரணம் என்ன? போன்ற கேள்விகள் இங்கெழுகின்றன.

இப்படத்தின் கருத்து என்று பார்த்தால், வர்க்க அரசியல் தான். ஒரு பிரச்சினையில் வர்க்கம் மட்டுமே மையமாக இருக்குமா? என்பதைப் பற்றி மட்டுமே பேசுவதைக் குறித்தும் பேச வேண்டியிருக்கிறது. இந்தியச் சூழலில்

வர்க்க அடையாளங்களோடு வேறு அடையாளங்களும் இணையாகச் செயற்படுகின்றன. நடைமுறை வாழ்வில் இணைத்து நிற்கும் பல்வேறு அடையாளங்களும் ஒடுக்குமுறையின் காரணிகளாக உள்ளன. குறைந்தபட்ச அரசியல் தன்மையாகவாவது சாதி, மொழி, பெண்கள் மீதான பாகுபாடு, போன்ற பிரச்சினைகள் இப்படத்தில் பேசப்படவில்லை. இப்படியான பாகுபாடுகள் இங்கில்லையா? அப்பாகுபாடுகள் ஏதாவதொருவகையில் வர்க்க அடையாளத்தைக் கட்டுவதில் பிரதிபலிப்பதில்லையா? தொழிலாளர் ஒற்றுமையைச் சீர்குலைக்க(?) அரசு சாதிப்பிரச்சினையைத் தூண்டுவதாக ஓரிடத்தில் படக்குழுவினரால் சொல்லப்படுகிறது. சாதியைப் பிரதான முரண்பாடாகக் கருதாதவர்கள் முதல் பிற்போக்குவாதிகள் வரை சொல்லும் புனைவு தான் இக்காரணம். இதே காரணத்தையே காங்கிரஸும், திராவிட இயக்கமும், இடதுசாரிகளும் தேவைக்கேற்ப ஒவ்வொரு சூழலிலும் சொல்லிவருகின்றனர். சமூகத்தில் சாதிய மனோபாவம் இயங்குவதால் தான் தூண்டிவிட முடிகிறது. இந்தியச் சூழலில் சாதி ஒழிப்பின் நிழலில் தான் வர்க்க ஒற்றுமை சாத்தியப்படும். தேயிலை தொழிலாளர் போராட்டத்தில் ஈடுபட்ட இளைஞர்களை நிர்வாணமாக அழைத்துச் செல்லும் புகைப்படத்தைக்காட்டி அச்சம்பவத்தைத் தாமிரபரணியின் 17 பேர் படுகொலையோடு இணைத்து "தாழ்த்தப்பட்ட மக்கள்" என்று வர்க்க அரசியலுக்குள் அடக்கி அந்த ஒரே இடத்தில் மட்டும் தாழ்த்தப்பட்ட மக்களை என்று குறிப்பிடுகிறது மருதையனின் குரல்.

ஆவணப்படங்கள் பலவெளிவரும் சூழலில் தீக்கொழுந்தை வைத்து மதிப்பிட வேண்டுமானால் பேசப்படும் அரசியல் கருத்தைத் தாண்டி, சொல்ல வரும் கருத்தை மக்கள் மயப்படுத்த மேலும் சில வடிவரீதியான நிலைகளில் முன்னேற வேண்டியிருக்கிறது. மற்றபடி முதல் முயற்சி எனும் அளவில் வேறெந்தப் படத்திற்கும் அமையாத அரசியல் பார்வை இப்படத்திற்குண்டு. அது இன்னும் சில இந்தியச் சூழலுக்குரிய அம்சங்களோடு முரண்பாடுகளை அணுகும் பொழுது சமூக மாற்றத்தின் புள்ளிகளைக் கண்டடைய முடியும்.

- கதவு 2003.

கண்காணிக்கும் கண்: தேர்தலில் தலித் மக்கள்

இந்தியளவிலான தலித் அரசியல் வரலாற்றில் தமிழகத்திற்கென்று தனி இடமிருப்பதைப் போலவே ஊடக வரலாற்றிலும் சிறப்பான இடமுண்டு. இங்கு 17ஆம் நூற்றாண்டு முதலே தலித்துகள் நிலம் உள்ளிட்ட தேவைகளுக்காகப் போராடி வந்திருப்பதை ஆவணங்கள் காட்டுகின்றன. 19ஆம் நூற்றாண்டிலேயே வேறெந்தச் சமூகத்தைவிடவும் மிக விரைவாக அரசியல் அமைப்புகளையும் உருவாக்கியிருந்தனர். 1881ஆம் ஆண்டில் ஆங்கிலேயர் எடுத்த குடிமதிப்புக் கணக்கெடுப்பின் போது தீண்டப்படாதவர்களை இந்துக்களாகப் பதிவு செய்யக்கூடாது என்று ஆங்கிலேயரிடம் அயோத்திதாசப் பண்டிதர் மனு அளித்திருப்பதை வரலாற்றில் காண்கிறோம். இந்தியாவின் பிற பகுதிகளைக் காட்டிலும் தமிழ்ப்பகுதிகளில் இதுபோன்ற தீவிர அரசியல் முயற்சிகள் தலித்துகளால் முன்னெடுக்கப்பட்டு இருக்கின்றன. இதைப்போலவே அச்சு ஊடக வரலாறு என்று எடுத்துக் கொண்டால் இந்திய மொழிகளில் முதலில் அச்சினைக் கண்ட மொழியான, தமிழில் குறிப்பிடப்படும்படியான அச்சு முயற்சிகளைத் தலித்துகள் மேற்கொண்டிருக்கின்றனர். பாரம்பரியமான சாதிய அமைப்பு, சனாதன நம்பிக்கை போன்றவை நவீன தேசிய உருவாக்கத்தின் போது புது வடிவம் பெறுவதைக் கண்டுகொண்ட தலித்துகள் அறிவார்ந்த தளத்தில் இப்போக்கினை எதிர்கொள்வதற்காக ஊடகங்களைச் சுயேச்சையாக ஏற்படுத்திக் கொண்டனர். சாதி

அதிகாரத்திற்கு எதிராகவும் ஒடுக்கப்பட்ட மக்களின் உரிமைக்காகவும் ஓங்கி குரலெடுத்துப் பேசிய இச்சமூகத்திற்கு இணையாக வேறொருவரையும் அக்காலத்தில் காண்பது அரிது. ஏராளமான பத்திரிகைகளை வெளியிட்ட இச்சமூகத்தவர்களுள் ஒருவரான 'ரெட்டை மலை சீனிவாசன்' 'பறையன்' என்னும் இதழைத் தொடங்கிய போது அவ்விதழ் எதிர்கொள்ளப்பட்ட விதம் நமக்கெல்லாம் அதிர்ச்சி தரத்தக்கதாய் இருக்கிறது. புதிதாகத் தொடங்கப்பட்ட அவ்விதழ் மதிப்பீட்டுக்காகச் சுதேசமித்திரன் அலுவலகத்திற்கு அனுப்பப்பட்ட போது கையால் தொடாமல் நிராகரிக்கப் பட்டது என்றால், தலித் மக்கள் சார்ந்த செய்திகள் பிற இதழ்களால் எவ்வாறு அணுகப்பட்டிருக்கும் என்பதை யூகிக்க முடிகிறது. அயோத்திதாசர் நடத்திய தமிழன் இதழில் பெரும்பான்மையும் 'சுதேசமித்திரன்' முதலான தேசிய இயக்க இதழ்களின் தலித் வெறுப்பையும் தலித் மக்கள் பிரச்சினைகளை அணுகுவதில் இருந்த நிராகரிப்பையும் கட்டுடைத்து எழுதி வந்தார். அன்றைய அச்சு ஊடகங்களைக் குறித்து அவர் நடத்திய எதிர்வினைகள் ஊடகக் கல்விப்புலத்தில் பாடமாகக் கொள்ளத் தக்கவையாக இருப்பதோடு அன்றைய தேசிய அரசியலின் சாதிய நோக்கங்களைச் சொல்லுபவையாகவும் இருந்தன. அதே வேளையில், தீண்டப்படாதவருக்கு நேர்ந்து வந்த பிரச்சினைகளையும் பதிவு செய்து வந்தார். செங்கல்பட்டு ஜில்லா மதுராந்தகம் தாலுகா 96வது நெம்பர் 'ஓரத்தூர்' கிராமச் சேரிமக்களுக்கு ஆதிக்கச் சாதியினரால் ஏற்பட்ட பிரச்சினையை அச்சேரிமக்கள் எழுதிய விண்ணப்பத்தின் மூலம் 27.1.1909 இல் தமிழன் இதழில் வெளியிட்டார்.

தலித் மக்கள் பொருளாதார நசிவிற்கு இடையிலும் சமூகப் பாதுகாப்பின்மைக்கு மத்தியிலும் பத்திரிகைகள் நடத்தினார்கள் என்பது பிற பத்திரிகைகளால், அமைப்புகளால் தலித் பிரச்சினைகள் கண்டு கொள்ளப்பட்டதில்லை என்பதையே காட்டுகிறது. ஏறக்குறைய ஒரு நூற்றாண்டு காலத்திற்குப் பிறகு ஊடகங்களின் அணுகுமுறையில் ஏற்பட்டுள்ள மாற்றங்கள் என்ன? என்பதை இப்போது நோக்க வேண்டியவர்களாய் உள்ளோம். இந்த ஒரு நூற்றாண்டு காலத்தில் இந்தியச் சமூகம் குறிப்பாகத் தமிழ்ச்சமூகம் உள்ளும் புறமும் ஏராளமான மாற்றங்களைக் கண்டுள்ளது. சுதந்திரத்திற்குப் பிறகு ஏற்பட்டுள்ள அதிகாரப் பரவலாக்கம் அரசியல் கருத்தாக்க விழிப்புணர்ச்சி, தொழில்நுட்ப மாற்றங்கள் போன்றவை சமூகத்திற்குள் ஏற்படுத்தியுள்ள விளைவுகள் போன்றவைகளைக் கணக்காகக் கொண்டு இப்போக்கினை நாம் ஆராய வேண்டும். இவ்வேளையில்

தலித் செய்திகளுக்கும், தலித்துகளின் வேலைவாய்ப்பிற்கும் ஊடகங்களில் அளிக்கப்பட்டுள்ள பங்கு என்ன? எனும் கேள்வியினை எழுப்பிப் பார்க்கும் நோக்கின் ஒரு பகுதியாகத் தேர்தல் காலங்களில் தலித் என்னும் அடையாளம் ஊடகங்களால் எவ்வாறு அணுகப்படுகின்றன, என்று ஆராய இக்கட்டுரை முனைகிறது.

சனநாயக நாடாக இந்தியாவைப் பிரகடனப் படுத்திவிட்டாலும் அத்தகைய அம்சத்தை எட்டிவிட்டோம் என்று சொல்லிவிட முடியாது. அதை எட்டுவதற்கான நடவடிக்கைகளில் ஈடுபட்டுள்ள இடைக்கட்டம் என்று இதனைச் சொல்லலாம். பல்வேறு விதமான பாகுபாடுகளையும் சரி செய்யும் முயற்சியில் அரசியல் சட்டத்தை இதற்கான ஓர் கருவியாகக் கையாள முடியும் என்று நம்பப்படுகிறது. சமூகத்தின் வேறெந்த வடிவத்தைக் காட்டிலும் மக்களிடம் நேரடியாக உறவினை மேற்கொள்ளும் ஊடகங்களுக்குச் சனநாயகத்தை உருவாக்குவதில், பாதுகாப்பதில் பெரும் பங்கு உண்டு. உளவியல் ரீதியாக இந்தியர்களிடம் ஆழப்பதிந்து கிடக்கும் சாதி எனும் பாகுபாட்டினை அழித்துச் சமூகத்தை மாற்றியமைப்பது இந்திய சனநாயகத்துக்கான முதன்மைப்பணியாகும். சனநாயகத்தின் நான்காவது தூணாகச் சொல்லப்பட்டாலும் மக்களின் சிந்தனைகளை வடிவமைப்பதிலும் செயல்படுத்துவதிலும் முதலிடம் பெறும் ஊடகங்களுக்கு இதில் என்ன பங்குள்ளது எனும் கேள்வி அவசியமானது.

1990-களுக்குப் பிறகு தமிழக அரசியல் மற்றும் பண்பாட்டுத் தளத்தில் தலித்துகளின் எழுச்சி நிராகரிக்க இயலாத அளவிற்கு உருப்பெற்றுள்ளது. தனித்துவமான இலக்கியம், கருத்தியல் என்பதனைப் போலவே தனித்துவமான அரசியல் அமைப்புகளாகவும் திரண்டுள்ளனர். தேர்தலில் தனித்துப் போட்டியிடும் அமைப்புகளாகவும், கூட்டணிகளைக் கவுரவத்தோடு நோக்கும் இயக்கங்களாகவும் மாறி உள்ளன. பல்வேறு விமர்சனங்களைக் கடந்து தலித் மக்களை அரசியல் சக்திகளாய் திரட்டியுள்ள இவ்வமைப்புகளின் பணி வரலாற்று ரீதியாய் முக்கியமானதாகிறது. அரசியல் அதிகாரத்தில் பங்கினைக் கோருவதாகவும் வாழ்வுரிமைக்குப் போராடுவதாகவும் அமைந்துள்ள இப்போக்கானது, ஒடுக்கப்பட்டவர்களுக்காக அதிகாரம் எனும் பொருளில் இந்திய சனநாயகத்திற்குத் தேவையானதாகிறது. ஆனால், இதே வேளையில் தான் தமிழகத்தில் தலித்துகள் மீது கொடும் சாதி வன்முறைகள் ஏவப்படுகின்றன. வன்முறைகள் ஏவப்படுவது. சமூகத்தில் நீண்டகாலமாகத் தொடர்ந்து வந்த போதும், அவைகளை நாம் வெறும்

வன்முறைகளாக மட்டும் பார்த்துவிட முடியாது. இந்த வன்முறைகளுக்கும், தலித்துகள் அமைப்பாகத் திரண்டதற்கும் நெருங்கிய தொடர்பிருக்கிறது. தேர்தல்களை ஒட்டி எழுந்த வன்முறைகளானது மேட்டிமை சக்திகளுக்குச் சவாலாக நிற்கும் தலித்துகள் மீது ஏவப்படுவதாகும். தங்களுக்குக் கீழே அடக்கி வைக்கப்பட்டிருந்த இம் மக்கள் எழுச்சி பெறுவதானது சாதிய அதிகாரத்தை, அதன் பெயரிலான அரசியல் அதிகாரத்தைக் கேள்வி கேட்பதாக மாறுகிறது என்பதால், இக்கலவரங்கள் உருவாகின்றன. தலித்துகள் எப்போதெல்லாம் அமைப்பாக மாறியிருக்கிறார்களோ அப்போதெல்லாம் இதுபோன்ற கலவரங்கள் உருவாகியுள்ளன. நீதிக்கட்சியினரோடு இணையாக அரசியல் நடவடிக்கையை மேற்கொண்ட எம்.சி.ராஜா காலத்தில் நடந்த சென்னை 'பின்னி ஆலை' தொழிலாளர் கலவரத்தில் இலங்கையிலிருந்து வெளியான 'ஆதிதிராவிடன்' இதழ் தவிர வேறெந்த இதழும் இப்பிரச்சினையை நேர்மையாக அணுகவில்லை. மாறாக, 'நீதிக்கட்சி தியாகராயர்' பறையர்களைச் சென்னையை விட்டு வெளியேற்ற வேண்டுமென ஆங்கிலேயர்களுக்குக் கடிதம் எழுதினார். 1950-களில் ராமநாதபுரம் பகுதியில் தலித் அமைப்பொன்றின் கீழாக இல்லாவிட்டாலும் காங்கிரஸ் அமைப்பின் கீழ் தலித்துகளை ஒன்றாக்கிய 'இம்மானுவேல் சேகரன்' அவ்வொருங்கிணைப்பால் பாதிக்கப்பட்ட ஆதிக்கச் சாதியினரால் கொல்லப்பட்டார். அச்சமயத்தில் திமுக மற்றும் கம்யூனிஸ்ட் கட்சிகள் தென் தமிழக மறவர் சாதி ஓட்டுகளுக்காக அப்பிரச்சினையை நேர்மையாக அணுகவில்லை. ஊடகங்களைப் பொறுத்தவரை பிரபலமான கொலை வழக்கு என்பதாலும், பசும்பொன் முத்துராமலிங்கம் கைது செய்யப்பட்டார் எனும் பரபரப்பினாலும், *தினமணி*, *தினத்தந்தி* போன்ற இதழ்களில் செய்தி மதிப்பு வழங்கப்பட்டன. மாறாக இக்கொலைக்குப் பின்னணியாய் அமைந்த சமூக வேறுபாடுகள் அலசப்பட்டதில்லை. 'இம்மானுவேல் கொலை வழக்கு' என்பதே இதற்கு இவ்விதழ்கள் தந்த தலைப்பு, இம்மானுவேல் சேகரன் படுகொலையை ஒட்டி, பெரும் கலவரமும் அரசின் துப்பாக்கிச் சூடும் அங்கு நடந்தன. இதனையொட்டி தொடர்செய்திகளைப் பதிவு செய்துவந்த இந்திய கம்யூனிஸ்ட் கட்சி 'ஜன சக்தி' இதழ் இம்மானுவேல் சேகரனைப்பற்றி எழுதாமல் தேவர் கைது செய்யப்பட்டதற்கு எதிரான பதிவுகளையே செய்து வந்தது. "தேவர் கைது, முத்துராமலிங்கத்தேவர் கைது", என்பவை அவ்விதழில் வெளியான முத்துராமலிங்கம் கைது தொடர்பான தலைப்புகளாகும். சாதியபிமானத்தின் காரணமாகக் காங்கிரஸுக்கு எதிராகத் தேவர் இன மக்களிடம் உருவாகியிருக்கும் மனநிலையைத் தம் கட்சிக்குச் சார்பானதாகத்

திரும்ப கம்யூனிஸ்டுகள் கையாண்ட 'உத்தி' இது.

1990-களுக்குப் பிறகு சாதி வன்முறைகள் தலித் அரசியல் அமைப்புகள் முனைப்பாக உருப்பெற்றதின் பின்னணியில் உருவானது. இச்சாதி வன்முறையால் பாதிக்கப்பட்ட மக்களுக்காகப் பேசவும், போராடவும் பல்வேறு தலித் அமைப்புகள் எழுந்தன. ஆவேசமும், சமூக அக்கறையும் கொண்ட பெரும்பான்மையான இளைஞர்கள் இவ்வமைப்புகளில் அணிதிரண்டனர். 'புதிய தமிழகம்' ஆரம்பத்திலிருந்தே தேர்தலில் ஈடுபட்டு வந்தாலும், 'விடுதலைச் சிறுத்தைகள்', தேர்தலை நிராகரித்த அமைப்பாக உருவாகி வந்திருந்தது. இவ்வமைப்புகள் தங்கள் போராட்டங்களை வெவ்வேறு முறைகளில் நடத்தினர். பெரும் பேரணிகள், ஆர்ப்பாட்டங்கள் எனத் திரண்ட இளைஞர்கள் அரசிற்கு எதிராகச் சில வேளைகளில் 'வன்முறை'களிலும் ஈடுபட்டனர். தொல். திருமாவளவன் போன்றோரின் அனல்கக்கும் பேச்சுகள் இதில் முக்கியப் பங்காற்றின. இவ்வமைப்புகளின் வருகையினைத் தமிழ் அச்சு ஊடகங்கள் சாதிய அமைப்புகளாகவும், சமூக அச்சுறுத்தலாகவும் பதிவு செய்தன. குறிப்பாக வன்முறையாளர்களாக இவர்களைச் சித்திரித்துக் காட்டிய பதிவுகள் திரைப்படங்கள், பத்திரிகைகள், வெகுஜன பேச்சு தொழிற்சாலைகளான பட்டி மன்றங்கள், பேச்சு அரங்குகள் என யாவற்றிலும் பிரதிபலித்தன. தலித் அமைப்புகள் அரசு வன்முறைகளைக் கடுமையான முறையில் எதிர்கொண்ட போது தமிழ் ஊடகங்கள் அதற்கான நியாயத்தை ஏற்கெனவே மக்கள் மத்தியில் உருவாக்கிவிட்டிருந்தமையானது அவர்கள் அரச வன்முறைகளால் அடக்கப்படுவது நியாயமே எனும் எண்ணம் மேலும் வலுப்படக் காரணமாகியது. நிலவும் ஆளும் அதிகார வரம்புகளுக்குள் தன்னைப் பொருத்திக் கொள்ளாமல், உரிமைகளைக் கோரும் அமைப்புகளைத் தொடர்ந்து அரசும், ஊடகங்களும், சமூக விரோதிகளாகவே சித்திரிக்க முயன்றன. இன்றைக்குத் தேர்தலில் கூட்டணி அங்கீகாரம் பெற்றுள்ள விடுதலைச் சிறுத்தைகள் அமைப்புத் தொடக்கத்தில் தேர்தலை நிராகரித்தது. அரசு வன்முறைகளையாவது போதிய அளவில் குறைத்துக் கொள்ளவும், மக்களின் எண்ணங்களைப் பொதுத்தளத்தில் பிரதிபலிக்கவும் தேர்தலில் ஈடுபட்டதாக இன்றும் அவ்வமைப்புக் கூறுகிறது. ஒருவகையில் இக்கூற்று ஆழமான உண்மையை விளக்குகிறது. அதாவது தேர்தலில் ஈடுபடாத முன்பு, ஈடுபட்ட பின்பு என்று கணக்கில் கொண்டு அவ்வமைப்புக் குறித்த ஊடகங்களின் சித்திரிப்பில் உள்ள மாற்றங்களை நோக்கினால் இவ்வுண்மை புரியும். மைய நீரோட்ட அரசியல் அமைப்பில்

ஈடுபடும் வரையில் ஓர் அமைப்பினைத் தொடர்ந்து எதிராகப் பதிவு செய்யும் விதத்தில் ஊடகங்கள் அதிகாரத்தின் குரலாகச் செயற்படுவதைப் பார்க்கிறோம். தேர்தலில் ஈடுபடும் எல்லாக் கட்சிகளையும் போலத் தான் 'அக்கட்சிகளும்' என்னும் தோற்றத்தை இந்நிர்பந்தத்தின் மூலம் உருவாக்கித் 'தனித்துவம்' இல்லாமல் ஆக்குவது இதன் நோக்கம்.

மற்றொரு விதத்தில் தலித்துகள் தேர்தலில் வாக்களிப்பது / போட்டியிடுவது மூலம் சமூகத்தில் தன் இருப்பின் பதிவை உறுதிபடுத்துவதாக அர்த்தமாகிறது. இதன் மூலம் சமூகத்தளத்தில் ஒதுக்கிவைக்கப்பட்ட தன் இருப்பை தலித்தொருவர் அழுத்தமாகப் பதிவு செய்ய விரும்புகிறார். பொதுச் சமூகம் தலித்தின் பிரதிநித்துவத்தை எதிர்கொண்டாக வேண்டிய அவசியம் உருவாகிறது. பொதுத்தளத்தில் அவனைச் சார்ந்த பிரதிநிதித்துவத்தைத் தேர்வு செய்ய வைக்கவும், தன் உரிமைகளைப் பேச முற்படுகிறான் என்னும் வெகுமக்களின் உளவியலிருந்து தேர்தலை நோக்கி தலித் அமைப்புகள் நகருகின்றன. தேர்தல் அரங்கில் தலித் தரப்பிற்கு எந்தவித இழப்பும் இல்லை என்பது இதன் அர்த்தமல்ல. தலித் மக்கள் மீது வன்முறை செலுத்துவோர் அரசியல் அதிகாரத்தோடு தொடர்புடையவர்களாக இருக்கும்போது, அதனை மாற்றியமைப்பதற்கான வாய்ப்பு தேர்தல் அரங்கு மூலம் கிடைக்கும்போது அதனைப் பயன்படுத்தவும், அதிகார சக்திகளை எதிர்கொள்ளும் ஆற்றல் பெற்ற அமைப்புகளை முன்மொழியவும் தலித் மக்கள் விரும்புகின்றனர். ஆனால், தலித் அமைப்புகள் இதனைப் புரிந்துகொண்டுதான் தேர்தலில் ஈடுபடவும், கூட்டணி அமைக்கவும் செய்கிறதா என்பது தனியான விவாதத்திற்குரியதாகும். எப்போதையும் விட பிறரால் கவனிக்கப்படுபவர்களாகத் தேர்தல் காலத்தில் தலித்துகள் மாறுகிறார்கள். இந்த அம்சத்தையே தலித்துகளுக்கான பலமாக மாற்றமுடியும் என கன்சிராம் கூறினார். இதையெல்லாம் கணக்கில் கொள்ளும் போது தலித்துகளின் மனோநிலையைப் பிரதிபலிப்பதாகத் தலித் அமைப்புகள் தேர்தலைப் பயன்படுத்த முனைகின்றன.

மையநீரோட்ட அரசியலை நோக்கித் தலித் அமைப்புகள் வந்துவிட்டாலும் அவைகளின் வீரியம் மிகுந்த செயற்பாடுகளை வேறு வகைகளில் அரசும், ஊடகங்களும் மறைக்கத் தொடங்கி விடுகின்றன. அந்த அமைப்புகள் மீதான வன்முறைகளைப் பற்றி அவை பதிவு செய்யாமல் இருந்து வருவதிலிருந்தே இவைகளைக் கண்டுகொள்ள முடியும். இந்திய ஊடகங்களானது சமூகத்தின் மேட்டிமை சக்திகளால் பெரும் முதலீடுகளால் தொடங்கப்பட்டு

அம்முதலீட்டை லாபகரமாக மாற்ற விரும்பும் வர்த்தகர்களால் நடத்தப் படுகின்றன. இங்கு சமூக நோக்கத்தை விட வணிக விதிகளே இதழ்களின் இருப்பினைத் தீர்மானிப்பதாக மாறிவிடுகின்றன. இதுபோன்ற சூழலில் சமூகத்தில் பழக்கப்பட்டுப்போன நம்பிக்கைகளுக்கு உகந்ததாய் இருப்பதன் மூலம் பலராலும் நுகரப்படும் தொல்லையற்ற பண்டமாய் ஊடகங்கள் மாறிவிடுகின்றன. சமூகத்தின் 'பழக்கமாகிப்போன' சாதி போன்ற கேடுகளை எதிர்த்து எழுதி பெரும்பான்மையோரால் வெறுக்கப்படுவதன் மூலம் வர்த்தகத்தை இழப்பதற்கு அவை விரும்புவதில்லை இதுபோன்ற சூழலில் தான் சனநாயகத்தின் பாதுகாப்பில் ஊடகங்கள் வகிக்கும் பங்கினைப் பற்றி நியாயமாகக் கேள்விகளை எழுப்பிப்பார்க்க வேண்டிய நிலைமையில் இருக்கிறோம்.

பல ஆண்டுகளுக்குப் பிறகு 1996ஆம் ஆண்டு தமிழகத்தில் உள்ளாட்சித் தேர்தல் நடத்தப்பட்டது. சாதியம் பதுங்கிக்கிடக்கும் இருட்குகைகளான கிராமங்களில் அதிகாரப் பகிர்வு நேரடியாகப் பொதுத்தளத்தில் முன்னுக்கு வந்தது. அரசியல் சட்டத்தால் உறுதிசெய்யப்பட்ட இடஒதுக்கீட்டின் அடிப்படையில் தலித்துக்களுக்கென்று இடங்கள் ஒதுக்கப்பட்டன. பிராமணரல்லாத கிராம சாதியினரால் தலித் மக்கள் மிக மோசமான முறையில் இத்தேர்தல்களில் ஒடுக்கப்பட்டனர். வேட்பு மனுதாக்கல் செய்ய முடியவில்லை. வாக்கு சேகரிக்க முடியவில்லை, வாக்களிக்க முடியவில்லை.

வெற்றிபெற்ற தலித் தலைவர்கள் மீது உள்ளாட்சி மன்றப் பணிகளைச் செய்வது முதல் ஏராளமான தடைகளும் அவமதிப்புகளும் ஏவப்பட்டன. மதுரை மாவட்டம் மேலவளவு கிராமத்தில் முருகேசன் உள்ளிட்ட 6 தலித்துகள் வெட்டிக் கொல்லப்பட்டனர். கடந்த 10 ஆண்டுகளாகப் பாப்பாபட்டி உள்ளிட்ட 4 ஊராட்சிகளில் தேர்தல் நடத்த முடியவில்லை. ஒவ்வோர் ஊராட்சியிலும் ஆய்வு மேற்கொள்ளப்படுமானால் சொல்லப்படாத ஏராளமான அனுபவங்களைக் கண்டடைய முடியும். இது தொடர்பான தலையங்கங்களோ, கட்டுரைகளோ, செய்திகளோ அச்சு ஊடகங்களில் பதிவு செய்யப்பட்டதா? என்றால் இல்லை என்பதே பதிலாகிறது. கூட்டமாகக் கொல்லப்பட்டதன் காரணமாகப் பரபரப்பு செய்தியாகக் கருதி இச்செய்திகளை நாளேடுகளும், புலனாய்வு இதழ்களும் வெளியிட்டன. மேலும் இது தொடர்பான வன்முறைகள் மோதல்களென்றும் பதிவு செய்தன. இதன் மூலம் இந்த வன்முறைகள் சாதிகாரணமாக ஏவப்படுகின்றன

என்கிற உண்மை மறைந்து அரசியலற்ற உதிரி காரணங்களால் நடப்பதான தோற்றம் ஏற்படுகிறது.

இச்சூழலில் தலித்துகளின் மக்கள்தொகையோடு ஒப்பிட மிகவும் குறைவாய் உள்ள சாதியினர் எப்படி ஒருங்கிணைகிறார்கள்? அதன் மூலம் தங்களின் ஆதிக்கத்தை எவ்வாறு நிலவச் செய்ய முடிகிறது? தலித் மக்களைத் தீண்டாச் சாதிகளாக கருதி ஒடுக்குவதில் ஒத்தநோக்கு உள்ளவைகளாகத் திரளும் தலித்தல்லாத ஆதிக்கச் சாதிகளின் சமூக அதிகாரத்தோடு பிராமணர் அல்லாத அடையாள அரசியல் ஈட்டித்தந்த அரசியல் அதிகாரமும் இணைந்த வளர்ச்சியின் பின்னணியில் நேரடியாக மட்டுமின்றி மறைமுகமாகவும் தலித்துகள் ஒடுக்கப்படுகின்றனர். ஒருவருக்கு ஒருவாக்கு ஒவ்வொருவருக்கும் ஒரே மதிப்பு என்பது சனநாயக அரசியலின் பண்பு. ஆனால், தலித்துகளின் வாக்குகளுக்கு மதிப்பு வழங்கப்படுகிறதா என்பதை சிதம்பரம் நாடாளுமன்ற தேர்தல் அனுபவம் கேள்விக்குள்ளாக்குகிறது. 1999, 2003 ஆகிய நாடாளுமன்ற தேர்தல்களில் சிதம்பரம் தொகுதியில் தனித்துப் போட்டியிட்டு இரண்டாம் இடத்தினைப் பெற்றார் திருமாவளவன். 1999 தேர்தலில் தமிழகத்திலேயே அதிக வாக்குப்பதிவு நடந்த இத்தொகுதியில் இரண்டே கால் லட்சம் வாக்குகளை அவர்பெற்றிருந்தார். இத்தேர்தலில் அவருக்கு வாக்களித்ததற்காக 70க்கும் மேற்பட்ட தலித் கிராமங்கள் பாதிக்கப்பட்டன. வீடுகள் கொளுத்தப்பட்டன. தலித்துகள் தாக்கப்பட்டனர் ஆனால், இது தொடர்பான பதிவுகளைத் தமிழ் அச்சு மற்றும் ஒலி ஒளி ஊடகங்களில் தேடினால் பதிவுகள் குறைவே என்பதை 'வன்முறை சனநாயகம்' (ரவிக்குமார், தலித் வெளியீடு 2004) என்ற சிதம்பரம் தேர்தல் கலவரம் தொடர்பான நூல் தெரிவிக்கிறது.

ஊடகங்கள் தலித்துகளையும், தலித் செய்திகளையும் புறக்கணிக்கின்றன என்னும் கருத்தினைச் சமகாலத்தில் அப்படியே பொருத்தமுடியாது. கடந்த இரண்டோர் ஆண்டுகளில் சில மாற்றங்கள் தெரிகின்றன. தலித் தலைவர்களின் புகைப்படங்கள், செய்திகள் போன்றவை ஓரிரு மாதங்களுக்கொருமுறை அச்சு ஊடகங்களில் வெளியாகின்றன. இந்நிலையை தலித் இயக்கங்களும், இயக்கங்களின் திரட்சியும் தான் உருவாக்கியுள்ளன. நம் ஊடகங்களுக்கு மார்க்கெட் வேல்யூ தான் முக்கியம். தமிழில் பலதரப்பட்ட வாசகர்களையும் இதழ்கள் கணக்கில் கொள்ளத் தவறுவதில்லை. தலித் அரசியல் அமைப்புகளில் குறிப்பிடத்தகுந்த அளவிற்குத் திரண்டுள்ள படித்த மக்களைக் கவனத்தில் கொண்டு செயல்படத் தொடங்கியுள்ளன. தற்போது

தமிழில் எழுதத் தொடங்கியிருக்கும் எழுத்தாளர்களில் பெரும்பாலானோர் தலித் சமூகத்தினரே என்பது கவனிக்கத்தக்கது. இந்த எழுத்தாளர்கள் முன் வைக்கும் உலகம் ஒரே விதமான சித்திரிப்புகளால் அலுத்துக்கிடக்கும், தமிழ் எழுத்துலகிற்குப் புதிய புலங்களை அறிமுகம் செய்கின்றன. இந்தியா டுடே இதழில் திருமாவளவனின் 'பத்தி' வெளியான போது அதன் விற்பனை கூடியதையும், வாசகர் கடிதங்கள் பெருகியதையும், இந்த இதழியல் உலகம் கவனித்தபடியே வருகிறது. இருந்துங்கூட தலித் அமைப்புகள் நடத்தும் அரசியல் ரீதியான போராட்டங்களுக்கு இவை அளிக்கும் இடத்தைக் காட்டிலும் குஷ்பு போன்ற பிரச்சினையில் நடத்திய போராட்டங்களுக்கு முக்கியத்துவம் அளிக்கின்றன. மேலும் அரசியலில் நுழையும் திரைப்பட நடிகர்களுக்குச் செய்தித் தாள்களின் முதல் பக்கமும் செய்திமதிப்பும், கேட்காமலே கிடைக்கிறது. 15, 20 ஆண்டு காலங்கள் இயக்கம் நடத்திய பிறகும் செய்தித்தாளின் 3ஆவது, 4ஆவது பக்கங்களில் சிறு பதிவையே தலித் தலைவர்கள் பெற முடிகிறது. அதேபோல தேர்தல் காலங்களில் இத்தலைவர்களின் பிரச்சாரத்திற்கும், அறிக்கைகளுக்கும், நம்முடைய ஊடகங்கள் கட்சியெனும் அளவில் சிறுவாய்ப்பினையும் அளிப்பதில்லை என்பதை நாம் மறந்துவிட முடியாது.

இன்றைய உலகமயமாக்கல் சூழலில் செய்திகளைப் பரவலாக்குவதோடு உடனுக்குடன் வழங்கும் 'சேவை' யையும் ஊடகங்கள் மேற்கொண்டுள்ளன. இந்த வசதியைப் பயன்படுத்தி சாதி சார்ந்த மோதல்களை வெளிக்கொணர்ந்து அவற்றின் பிரச்சினைகளை ஆராய்வதில் தமிழகத்தின் தினசரிகள் எந்த அளவிற்குச் செயற்படுகின்றன. செய்திகளைத் தேர்வு செய்வதில், வரிசைப்படுத்துவதில் சாதிவன்முறைகளுக்கு ஒரு சதவிகிதம் இடம்கூட அளிக்கப்படுவது கிடையாது. தேர்தல் வேளையில் ஒரு தலித் தலைவருக்கு எதிராக மற்றொரு தலித் தலைவரை முன்னிறுத்தி எழுதுவதும், தேர்தலின் சாதி வன்முறைகளுக்கு வெறும் மோதல் எனும் அடையாளங்களைத் தருவதிலும் இவை முன்னிற்கின்றன. தலித் இயக்கங்களின் தேர்தல் அறிக்கைகள் அணுகுமுறைகள் போதிய அளவில் பதிவு செய்யப்படுவதில்லை, விமர்சிக்கப்படுவதில்லை.

பிராமணரல்லாத ஊடக நிறுவனங்களின் வேலை வாய்ப்பில் தலித்துகளுக்கோ, செய்தி எனும் அளவில் தலித் பிரச்சினைகளுக்கோ பிரதிநிதித்துவம் அளிக்கப்படுவதில்லை 1945-ஆம் ஆண்டு அம்பேத்கர் சென்னைக்கு வருகை தந்து பல்வேறு நிகழ்ச்சிகளில் கலந்து கொண்டு

திரும்பினார். அச்செய்தி அன்றைய செய்தித்தாள்களில் போதுமான முக்கியத்துவம் அளிக்கப்படாமல் தவிர்க்கப்பட்டன. இக்குறையைத் தலித் தரப்பில் வெளியான ‘சமத்துவம்’ இதழ் சுட்டிக்காட்டித் தலையங்கம் எழுதியது. ‘திருந்துமா’ என்பது அத்தலையங்கத்தின் தலைப்பு. அத்தலையங்கத்தில் வடநாட்டு மார்வாடிகளால் நடத்தப்படும் தமிழ்ப் பத்திரிகைகளில் மட்டுமின்றி ‘மித்திரன்’ போன்ற தேசியப் பத்திரிகைளும் கண்டிக்கப்பட்டன. அதே வேளையில் லிபரேட்டர் போன்ற ஆங்கிலப் பத்திரிகைகளின் நேர்மையை அத்தலையங்கம் பாராட்டியிருந்தது. “ஆகையால் தமிழை மாசுபடுத்தும் தறுதலைப் பத்திரிகைகளை விடுத்து நம்மில் ஆங்கிலம் படித்த தோழர்கள் ஒவ்வொருவரும் லிபரேட்டரைப் போற்றிப் படித்து ஆதரிக்க வேண்டும்,” என்று சமத்துவம் இதழ் கேட்டுக்கொண்டது **(31.1.1946)**. இன்றைக்கும் இந்நிலை மாறிவிடவில்லை. இந்தியாவின் எங்கோ ஒரு மூலையில் நடக்கும் சாதிவன்முறையும் ஆங்கில ஏடுகளில் பதிவு செய்யப்படுகின்றன. தலித் பிரச்சினைகள் குறித்துத் தனி கட்டுரைகளும் வெளியாகின்றன. தமிழ்ச்சாதியினர் நடத்தும் தமிழ்ப் பத்திரிகைகளில் இந்நேர்மை அறவே இல்லை. ஆனால், ஆங்கில தினசரிகளில் அளிக்கும் இடத்தினால் வட்டார அளவிலான தாக்கம் ஏற்பட மொழி தடையாகிவிடுகிறது. பலவேளைகளில் தங்களின் தரப்பை ‘நியாயமாக்கி’க் கொள்ள இதுபோன்ற செய்திகளை ஆங்கில ஏடுகள் வெளியிடுகின்றன என்றாலும் பிரச்சினையைப் பதிவு செய்கிறது எனும் அளவில் வரவேற்க வேண்டும். ஆங்கில மற்றும் தமிழ் இதழ்களில் வெளியாகும் தலித் சார்ந்த செய்திகளுக்குக் கூட நிறுவனங்களில் பணியாற்றும் தலித்துகளின் நியாயத்தை உணர்ந்தவர்களின் பங்களிப்பு முக்கிய பின்னணியாய் அமைகிறது என்றாலும் இந்த நியாயம் அக்குறிப்பிட்ட நிறுவனத்தின் கொள்கையாக இருப்பதில்லை.

சிறுபான்மைக் கட்சிகளாக எழுச்சிப்பெறும் தலித்துகள் உள்ளிட்ட ஒடுக்கப்பட்ட மற்றும் மத சிறுபான்மையினரின் உணர்வுகளைப் பிரதிபலிக்கும் தலையங்கங்களோ கட்டுரைகளோ இதழ்களில் எழுதப்படுவதில்லை. தேர்தல் வேளைகளில் பொது இடங்களில் விளம்பரம் செய்வதைத் தடை செய்வது போன்ற நடவடிக்கைகள் இவ்வியக்கங்களைக் கடுமையாகப் பாதிக்கின்றன. செலவுகள் தொடர்பான விசயத்திலும் பெரிய கட்சிகளுக்கு இணையாகச் செலவு செய்து தங்களை முன்னிறுத்திக் கொள்ள வேண்டியதாகவும் அவ்வாறு செலவு செய்ய இயலாத அமைப்புகள் விரும்பியோ, விரும்பாமலோ ‘பெரிய’ கட்சிகளின் கூட்டணி

நிர்பந்தங்களுக்கு உட்பட்டுத் தனித்துவத்தை இழக்க வேண்டியிருப்பதையும் இங்கே விவாதமாக்க வேண்டும்.

இவ்வேளையில் வட்டார ரீதியாகத் தொடங்கப்படும் புதிய நாளேடுகள் என்ன செய்கின்றன? தொடர்புடையவரின் அனுமதி இல்லாமலேயே புகைப்படக் கருவி மூலம் படமெடுத்து வர்த்தகமாக்கி 'செய்தி முரசு கொட்டும் இதழ்கள் வட்டார ரீதியாகப் பெருகுவது சாதிய ஒழிப்புக்குக்குப் பெரும்பான்மையும் பயன்படுவதில்லை. உள்ளூர்வாசிகளால் ஆக்ரமிக்கப்படும் இவ்விதழ்கள் உள்ளூர் செய்திகளைக் கொண்டாட்டமாகவோ, உள்ளீடு பிழியப்பட்ட செய்திகளாகவே தான் தர முற்படுகின்றன.

தமிழில் அதிகமான இதழ்களை உருவாக்கிய ஒரு சமூகம், இந்தியாவில் அதிக இதழ்கள் வெளியாகும் தமிழகத்தில் செய்திகளிலும், பணியிடங்களிலும் இடமில்லாமல் முடக்கி வைக்கப்பட்டிருக்கிறது. செய்தி நிறுவனங்களில் பணியாற்றும் ஒரு சிலரும் சொல்லப்படாத தொல்லைகளைச் சந்திக்கின்றனர். இச்சூழலில் தேர்தல் மூலம் அதிகாரத்தை உறுதி செய்ய முனைகிற போது மட்டும் இச்சமூகம் பற்றிய பதிவுகள் எவ்வாறு வெளியாகும். இறுதியாக இக்கட்டுரையை அம்பேத்காரின் மேற்கோள் ஒன்றோடு முடிக்க விரும்புகிறேன். "மக்களாட்சியின் உண்மையான பொருள் நிறைவு பெற மக்களின் கருத்துகளுக்கான பிரதிநிதித்துவமும், மக்களின் பிரதிநிதிகளும் ஒருங்கே இடம் பெற வேண்டும்" என்றார். தமிழ் ஊடகங்களில் தலித் மக்களுக்கோ, தலித் செய்திகளுக்கோ பிரதிநிதித்துவம் உருவாக்காதவரையில் மக்களாட்சி எப்படி மலரும்?

- சிலம்பம், ஜூன் 2006.

வித்தியாசமான ஒப்பனைகள்

மக்களுக்காகச் செய்யப்பட வேண்டிய நலத் திட்டங்களையும், விளம்பரமாக மாற்றிவிடும் அரசியல் யுகம் இது. சமூகத்தின் எல்லாத் தரப்பும் ஊடகக் கண்காணிப்பில் வந்தபின் எல்லாமே நிகழ்த்தப்படுபவைகளாக மாறிவிட்டன. எந்த வகையிலாவது தன்னை வித்தியாசப்படுத்திக் காட்டுவதன் மூலம் பலரின் கவனத்தை ஈர்த்து விடுவது சினிமாத்துறை. அரசியல் துறைகளைக் கடந்து அறிவு ஜீவிகளையும் பற்றிக் கொண்டுவிட்டது. முன்வைக்கப்படும் எந்தவொரு வித்தியாசத்தின் அர்த்தமும் புதுமை என்பதுதான். பழகிய வடிவத்திலிருந்து மாறி புதிதாக எதையும் முன்வைப்பதை வித்தியாசம் என்று சொல்கிறோம். நம் சூழலில் வித்தியாசமான முயற்சிகளில் வெளிப்படும் புதுமை என்பதன் வரையறையும் அரசியலும் என்ன?

நம் திரைப்படங்கள் கதையமைப்பை, கதாபாத்திரங்களை 'வித்தியாசமாக'ச் சித்திரித்து பார்வையாளர்களை வரவழைக்கிற உத்தி அறிந்த ஒன்றுதான். பிதாமகன் படத்தில் 'வெட்டியான்' வேடத்தைப் பாத்திரமாக்கி 'மாறுபட்ட இயக்குநர்' என்னும் சித்திரத்தை உருவாக்கியிருக்கிறார் பாலா. பிணம் எரிக்கும் வெட்டியானின் சமூக பாத்திரம் என்ன?, பொதுச் சமூகம் அவரை எவ்வாறு நடத்துகிறது, என்று விரிவடையும் போது அப்பாத்திரம் உண்மையிலேயே தமிழ் சினிமாவின் புதிய சித்திரிப்பு என்ற எல்லையை அடைகிறது. ஆனால், இப்படத்தில் 'வெட்டியான்' என்பவரின் சமூக இருப்பு பின்னுக்குத் தள்ளப்பட்டு அப்பாத்திரத்தில் நடித்த விக்ரமோ, இயக்கிய பாலாவோ முதன்மைப்படுகிறார். இது தொடர்புடைய திரைப்பட குழுவினருக்குத் தெரியாததல்ல. தெரியும் என்பதால் தான் அத்தகைய சித்திரிப்பு தமிழ்த் திரைப்படங்களில் இதுபோன்ற ஏராளமான

சான்றுகளைக் காட்ட முடியும். கதையில் மர்மத்தைச் சொல்லுவதற்கும், இறுதிக்காட்சியில் புதிரை அவிழ்க்க வேண்டுமென்பதற்காகவும் காட்சிகள் பின்னப்படுகின்றன. பழகிய கதையை இவ்வாறு வெட்டி ஒட்டுவதன் மூலம் வணிகரீதியாக வெற்றிப்படமாக்கும் உதாரணங்களும் உண்டு. இந்த வகையில் கைவரப்பெற்றிருக்கும் தொழில்நுட்பமும் பழைய கதையைப் புதிதாகக் காட்டவே பெருமளவு பயன்படுத்தப்படுகிறது.

வித்தியாசம் என்பது சமூக மாற்றங்களை ஒட்டி சிந்தனை முறையிலும், வாழ்க்கை முறையிலும் உருவாவதாகும். அவ்வாறு பார்த்தால் பழைய கண்டுபிடிப்புகளைக் கடந்த புதிய கண்டுபிடிப்புகளும், பழைய சிந்தனைமுறைகளைக் கடந்த புதிய சிந்தனைப் பள்ளிகளும் தான் புதுமையானவை. மேலை நாடுகளில் கலை இலக்கியத் துறைகளிலும், அரசியல் துறைகளிலும் புதுமை இவ்வாறு தான் வெளிப்பட்டுள்ளது. ஆனால், நம் சூழலில் பழைய ஒழுங்கமைப்பை மாற்றிக் கொள்ளாமல், அத்தகைய ஒழுங்கமைப்பைக் கேள்வியெழுப்புவதற்கான உந்துதலைத் தராமல் அப்படியே காப்பாற்றித் தரும் வகையில் தான் வித்தியாசமான முயற்சிகள் அமைகின்றன. சாதி போன்ற பழங்காலப் பழக்கங்களும், பெண்கள் மீதான தரம் தாழ்ந்த மதிப்பீடுகளும் மாற்றப்படாமல் மேலோட்டமான கூறுகளை வைத்துப் புதிய புதிய மாதிரிகளில், தொழில் நுட்ப வடிவங்களில் காட்சிகள் கட்டமைக்கப்படுகின்றன. கேள்விகள் இல்லாததால் தான் இங்கு புதிய வடிவங்களோ, புதிய சிந்தனைகளோ பிறப்பதில்லை. யாரையேனும் அவ்வாறு சொல்ல முடியுமானால் அவர் 'இப் பாரம்பரிய' மதிப்பீடுகள் குறித்துக் கேள்வியெழுப்பியவராகவே இருக்க முடியும். எத்துணை தொழில்நுட்பங்கள் வளர்ந்தும் கேள்வி கேட்க முடியாத கூறுகள் உயிருடன் இருக்கின்றனவென்றால் அக்கூறுகள் செல்வாக்கு இழக்காமல் இருக்கின்றன. அல்லது அவைகளினால் பயன்பெறுவோர் சமூகத்தளத்தில் பெரும்பான்மையாகச் செயற்படுகின்றனர் என்று அர்த்தமாகின்றன.

தமிழகத்திற்குரிய பொதுவான அம்சங்களுள் ஒன்று 'சுவரொட்டி கலாச்சாரம்' டிஜிட்டல் போர்டுகளால் மெல்ல மூழ்கிவரும் சுவரொட்டிகளையே பிரச்சார சாதனமாகப் பணபலம் இல்லாத அமைப்புகள் இன்று வரையிலும் பயன்படுத்துகின்றன. சுவரொட்டி ஒட்டி அரசியலுக்குள் நுழைவதைப் பெருமையாகச் சொன்ன காலம் ஒன்றிருந்து. 'நானொன்றும் சுவரொட்டி ஒட்டுபவனல்ல' என்று அதனை இழிவாகக் கருதிப் பேசும் காலம் இது. கவனத்தை ஈர்க்கிற விதத்திலும், எளியமுறையிலும் மக்களைச்

சென்றடைய சுவரொட்டி சிறந்த வடிவம். தலித் அமைப்புகள், இடது சாரி அமைப்புகளின் போராட்ட வடிவங்களுள் சுவரொட்டியும் போராட்ட சாதனமாக விளங்குவதைப் பார்க்கிறோம். அரசியல் செயற்பாட்டாளர்கள் தாம் என்றில்லாமல் பலரும், பல காரியத்திற்காகவும் பயன்படுத்துகின்ற வடிவம் தான் சுவரொட்டி. அண்மையில் கும்பகோணம் பள்ளி தீவிபத்து நடந்த போது இயல்பான அனுதாபத்தினால் தமிழகமெங்கும் இரங்கல் சுவரொட்டிகள் ஒட்டப்பட்டன. வாகனங்களை வழிமறித்து ஒட்டுநரின் பார்வை மறையுமளவு ஒட்டும் சுதந்திரத்தைக் குழந்தைகள் மீதான அனுதாபம் வழங்கியிருந்தது. தனிமனிதர்கள் தொடங்கி மன்றங்கள், இயக்கங்கள் வரை இதில் அடக்கம். 'நெருப்பே உனக்கு கண்ணில்லையா?, அக்கினியே இரக்கமில்லையா?, எமனே உன்னைக் கண்டிக்கிறோம், என்று ஒவ்வொரு சுவரொட்டியிலும் ஒவ்வொரு விதமான வாசகங்கள். ஒரு சுவரொட்டி கூட இத்தகைய கொலைகளுக்குக் காரணமான சூழலின் மீதும், சூழலை இயக்கும் அரசு உள்ளிட்ட நிறுவனங்கள் மீதும் பெயரளவுக்கான கண்டனங்களையும் கொண்டிருக்கவில்லை. இந்தச் சுவரொட்டிகளின் வாசகங்கள் சமூகக் கோபத்தை வெளிப்படுத்துவதை விட பிறரைக் காட்டிலும் வித்தியாசமாகச் சொல்லுகிற முயற்சியில் தான் ஆர்வம் காட்டுகின்றன. வருத்தத்தை வேறுபட்ட வாசகங்கள் வழி தெரிவிப்பதன் மூலம் ஒருவர் மற்றவரிடமிருந்து வித்தியாசப்படுத்திக் காட்டிக் கொள்கிறார். இங்கு உணர்த்த விரும்பிய பிரச்சினை பின்னுக்குப் போய் நபர் முதன்மையாகிறார். பார்வையாளருக்கும் இந்த வித்தியாசமாக வெளிப்படுத்திய கூறுகள் தான் முனைப்பாகக் கண்ணில் படுகிறது.

ஊடகங்கள் உருவாக்கிய உள்ளீடுகளற்ற வித்தியாசம் வெகுமக்களையும் பற்றிக் கொண்டது எப்படி என்பதுதான் பிரச்சினை. சுவரொட்டிகள் மூலம் வெளிப்படும் 'கவன ஈர்ப்பு' சில தனிமனிதர்களின் அபிலாஷைகளால் மட்டும் விளைவதல்ல. குறிப்பிட்ட பிரச்சினையை வெகுமனிதன் எவ்வாறு அணுகுவது என்று இச்சமூகம் கற்றுத் தந்ததின் கூட்டுவெளிப்பாடுதான் இது. ஒரு பிரச்சினையின் அடிப்படை எது, அதன் மீதான எதிர்வினையை எவ்வாறு வெளிப்படுத்துவது என்னும் கண்ணோட்டத்தில் வெகு மக்களிடம் குழப்பமும், தெளிவில்லாத பார்வையுமே பரப்பப்பட்டுள்ளது.

அடிப்படைகளின் மீது கேள்வியெழுப்பும் மனோபாவத்தைத் தூண்டாத நிறுவனங்கள் - ஊடகங்கள் - இயக்கங்கள் போன்ற சமூக அங்கங்களே காரணமாகின்றன. பூகம்பம், பெரும்விபத்துப் போன்ற சேதாரங்களின்போதும் ஊடகங்களில் தோன்ற வாய்ப்புள்ள ஒருவர்தான் கேமராவின் பார்வையில்

இருக்கிறோம் என்னும் ஓர்மைக்கே முக்கியத்துவம் தருகிறார். அவ்விடத்தில் துயரம். ஆறுதல் எல்லாம் பாவனையாகி விடுகின்றன.

எதிர்ப்புக்குரிய வடிவமாக எதைப் பயன்படுத்துகிறோமோ அந்த வடிவமும் அரசியல் தன்மை பெறுகிறது. எதிர்ப்பை மட்டும் பேசும் பலரும் எதிர்ப்பை வெளிப்படுத்தும் வடிவத்தைப் பற்றிக் கவலைப்படுவதில்லை. வெற்றிக்கொடிகட்டு திரைப்படத்தில் துபாய் சென்று வந்ததாக உதார்விடும் வடிவேலுவை நாயகன் பார்த்திபன் மடக்குவதாக ஒருகாட்சி. "நீ துபாயில் கக்கூஸ்தானே கழுவினாய்" என்று கேட்பதன் மூலம் துபாய் சென்றுவந்த வடிவேலுவின் பெருமையையெல்லாம் நிர்மூலமாக்கி விடுகிறார்.

வடிவேலுவை வழிக்குக் கொணர கக்கூஸ் கழுவியவன் என்ற சொல்லை கையாளுகிறான் நாயகன். கக்கூஸ் கழுவுவது கேவலம் என்ற கருத்து இந்நகைச்சுவையில் காப்பாற்றப்படுகிறது. இதன் தொடர்ச்சியாகக் கழுவுபவனும் கேவலமானவன் என்ற கருத்தும் கண்ணுக்குப் புலனாகாத வண்ணம் உருவாகிவிடுகிறது. ஆனால், 'புகழ்பெற்ற இந்நகைச்சுவைக் காட்சியில் வடிவேலுவின் குட்டு வெளிப்பட்டதில் மட்டும் பார்வையாளர் மகிழ்ந்து போகிறார்கள். வெகுஜன சினிமாவின் இப்புத்தியிலிருந்து 'முற்போக்கான' இயக்கங்களும் வேறுபட்டுவிடவில்லை. மோசமான ஆட்சிக்கு எதிர்ப்புத் தெரிவிப்பதை கருப்பு 'வர்ணம்' பூசி நரகன் ஆட்சி நடப்பதாகப் போராட்டம் நடத்துவதும், கையில் ஓடு ஏந்துவது, துணி வெளுப்பது, கழுதை மேய்ப்பது போன்ற வித்தியாசமான குறியீடுகள் மூலம் போராட்டம் நடத்துகின்றனர். இப்போராட்ட குறியீடுகள் கருப்பு நிறத்தையும் அடித்தள வாழ்நிலையையும் இழிவானதாக்குவதோடு அதனைச் சார்ந்த மக்களையும் கிண்டலுக்குரியவர்களாக்குகிறது.

மோசமான சினிமாக்களே உருவாகிவரும் சூழலில் தரமான படத்தினை உருவாக்குவதுதான் உண்மையான புதுமையாய் இருக்க முடியும். மற்றபடி முடி வளர்த்து, நகம் வளர்த்து கின்னஸ் 'சாதனையாளர்' ஆவதைப்போல தமிழையும் ஆங்கிலத்தையும் கலந்த படத் தலைப்பு, கிழவனாக, பெண்ணாக வேடமிடுவது, தாடி வைத்துக் கொள்வது எல்லாம் வித்தியாசமாக ஆக முடியாது. உள்ளீடு மிகுந்த புதுமைதான் இங்கு வேண்டும். அவ்வாறான முயற்சிகள்தான் சவால் மிகுந்ததாகவும் இருக்க முடியும்.

வன்முறை எனும் உணவு

காரணங்களைக் கணக்கிலெடுக்காமல் அதன் விளைவுகளையே நிகழ்வுகளின் ஒட்டுமொத்தம் என்பதாகக் கருதி ஆவேசப்படும் சூழலுக்கு தமிழ் மூளை பழக்கப்படுத்தப்பட்டு இருக்கிறது. அத்தகைய பழக்கப்படுத்தலை நிலவச் செய்வதில் தொலைக்காட்சி, பத்திரிகை போன்ற ஊடகங்கள் பெரும்பங்கு வகிக்கின்றன. நிகழும் குறிப்பிட்ட பிரச்சினையை ஊடகங்கள் வரையறுக்கப்பட்ட அளவுதான் பேசுகின்றன. இந்த வரையறை என்பது பிரச்சினைகளின் காரணங்கள் எவையெனும் சிந்தனைக்கு அழைத்துச் செல்லாமல், பிரச்சினையை மட்டும் சூழல்களிலிருந்து பிரித்துத் தனித்த ஒன்றாகச் சிந்திக்க வைப்பதும், அதன் மீதான பார்வையாளர் அணுகுமுறையை உருவாக்குதுமாகவே இருக்கிறது.

மீடியாக்களைப் பொறுத்தவரை இங்கு நடக்கும் பிரச்சினைகள் எல்லாவற்றையுமே தனக்கான செய்திகளாக மாற்றிக் கொள்வது. அதன்மீது தன் கட்சி / நபர் மீதான சார்பை உருவாக்குவது என்பதாக அமைந்து நிற்கிறது. எல்லா நிகழ்வுகளையும் செய்திகளாக மாற்றுவதால் 'பெரும் வன்முறை விபத்துகளை'க் கூட சாதாரண நிகழ்வாகவே மனிதர்கள் பார்க்கப் பழகிப் போகிறார்கள். பெருத்த மனித சேதங்களைத் திரும்பத் திரும்ப வெறும் செய்திகளாகவே மாற்றுவதால், அதனை வாழ்வின் பகுதிகளில் ஒன்றாகக் கருதக்கூடிய மனநிலைக்குப் பார்வையாளர்கள் இயல்பாகவே வந்து சேர்கின்றனர்.

நம் அனைவரின் உள்ளத்தையும் உலுக்கிய கும்பகோணம் பள்ளிக் குழந்தைகள் இறந்துபோன சம்பவம், அடுத்த சில மணிநேரங்களில் தொலைக்காட்சி மூலம் தமிழகமெங்கும் செய்தியாகப் பரவிவிட்டது. தமிழகத்தின் அதிகாரமிக்க இரண்டு தொலைக்காட்சி நிறுவனங்களும் இதனை முக்கிய ஒளிப்பரப்பாக்கி அனுதாபத்தையும் 'அரசியலாக்கிவிடும்' வேலையில் இறங்கியிருந்தன.

குறிப்பிட்ட தொலைக்காட்சியைச் சார்ந்த கட்சிக்காரரர்கள் வருகையை உதவிகளை மற்றொரு தொலைக்காட்சி காட்டுவதில்லை. அந்த மற்றொரு தொலைக்காட்சிசார் கட்சி சம்பந்தபட்ட செய்திகளைக் குறிப்பிட்ட தொலைக்காட்சி காட்டுவதில்லை. இந்தச் சம்பவத்தின் மூலம் 'பரஸ்பரம் குற்றச்சாட்டுகள் மறைமுகமாகச் செய்திகளில் ஒளிந்துகிடந்தன. கும்பகோணம் வருகை புரிந்த ராகுல் காந்திதான் 'இதனை அரசியலாக்க வேண்டாம்' என்று பேசியிருந்தார்.

கும்பகோணப் பிரச்சினையை அரசியலாக்கவே கூடாதா? இந்தப் பிரச்சினையில் அரசியலே இல்லையா? போன்ற கேள்விகள் எழலாம். உண்மையில் இந்தப் பிரச்சினை அரசியல் சம்பந்தப்பட்டதுதான். ஆனால், இந்தத் தொலைக்காட்சிகள் சொல்வதைப் போல சரி / தவறு என்னும் எல்லைக்குள் நின்று அலச முடியாது. கடந்த 35 ஆண்டுகளாக மாறி மாறி ஆண்டுவரும் இந்த இரு கட்சிகளின் ஆட்களின்போதும் அதற்கு முன்பும் உருவான கல்விக் கொள்கைகளின் வழியேதான் ஆராய முடியும். இப்படிப் பிரச்சினைக்கு எது காரணமோ அதைப் பேசுவதில்லை ஊடகங்கள். இப்படித்தான் குஜராத்தின் இந்து பெருமத வன்முறைக்கு கோத்ரா இரயில் எரிப்புதான் காரணம் என்பதாகவும், அந்த இரயில் எரிப்பு இசுலாமியரால் செய்யப்பட்டதால்தான் கலவரம் ஏற்பட்டது எனும் அர்த்தம் ஏற்படும்படியான தோற்றங்களையே இன்றுவரை ஊடகங்கள் ஏற்படுத்தி வருகின்றன. உண்மையில் இன்றைய சூழலில் மதமோதல்கள் 1992இல் பாபர் மசூதி இடிக்கப்பட்டதன் விளைவாகவே எழுகிறது என்கிற அடிப்படையான காரணத்தைப் பேசுவதேயில்லை.

பிரச்சினைகளுக்கான தீர்வுகளை நோக்கி பார்வையாளர்களை எப்போதாவது ஊடகங்கள் திருப்பி இருக்கின்றனவா? குறைந்த பட்சம் கேள்வியெழுப்பும் மனோபாவத்தையாவது ஏற்படுத்தியிருக்கிறதா?

கொடூரங்களுக்குப் பிறகே, தடைச்சட்டத்தைப் பற்றி யோசிக்கும் நமது அரசாங்கங்களுக்கு எந்த விதத்திலும் குறையாமல் இருக்கிறது ஊடகங்களின் அணுகுமுறை.

கும்பகோணம் சம்பவம் வெறும் கூரை சம்பந்தப்பட்டது மட்டுந்தானா? இது நம் மொத்த கல்வி அமைப்புச் சம்மந்தப்பட்ட பிரச்சினை. கல்வி முறை, கற்பிக்கும் மொழி, பள்ளிக் கூடங்களின் கால அளவு, வகுப்பறை வசதிகள், ஆசிரியர்களின் அணுகுமுறை, பாடம் கற்பிக்கும் முறை, பள்ளித்தரத்தை மேம்படுத்துவதாகக் கூறி (மேம்படுத்தல் என்பது இங்கு பணம் சம்பாதிப்பது சம்மந்தப்பட்டது) நசுக்கப்படும் குழந்தைகள், இவை பற்றிய நம் அரசுகளின் கொள்கைகள் என்று எல்லாவற்றினோடும் தொடர்புடையது. மொத்தத்தில் கல்வி முற்றிலும் வியாபாரமாகிவிட்டதோடு தொடர்புடைய பிரச்சினை இது. ஆனால், கூரைகளை மாற்றிவிடுகிற அளவிற்கே இந்தப் பிரச்சினை இங்கே தாக்கத்தை ஏற்படுத்தியுள்ளது.

இது தொடர்பான சீரிய விவாதங்களை அடிப்படைகளை ஆலோசனைகளை நிகழ்ச்சிகளை ஊடகங்கள் எழுப்புவதும் அதனூடான மக்கள் கருத்தை உருவாக்குவதும் அரசுக்கான நிர்பந்தத்தை மறைமுகமாகவோ, நேரடியாகவோ உருவாக்குவதுமாக இருத்தல் வேண்டும். ஆனால், ஊடகங்களின் கருத்து 'மக்களின் கருத்தாக' மாற்றப்பட்டுவிடும் இக்காலச் சூழலில் அவைகள் நேரெதிராக இயங்கிவருகின்றன.

இந்த நிலைமையில் தமிழ் ஊடகங்கள் வேறு ஒரு கட்டத்தை அடைந்திருப்பதைக் கவனிக்க முடிகிறது. தமது கட்சி சார் நடவடிக்கைகளை ஒளிபரப்பி, தனக்குச் சாதகமான பார்வையாளர்களை உருவாக்கிய இந்த டி.வி.க்கள் இப்போது சமூக வெளியில் நடக்கும் எல்லா நிகழ்வுகளையும் தங்களுக்கான சாதகமான செய்திகளாக மாற்ற முனைகின்றன. அதற்குக் கும்பகோணம் கொடூர சம்பவமும் இந்த நிறுவனங்களுக்குப் பயன்பட்டிருக்கிறது. இப்படி ஆக்டோஃபஸ் கரங்களால் நம் அறிவை, உணர்வை இறுக்கி கொல்கிறது இந்த ஒளி - ஒலி கற்றைகள்.

காட்சி ஊடகங்களின் நிலை இதுவென்றால் அச்சு ஊடகங்களின் நிலை கூடுதலாக மோசமாகியிருக்கிறது. அவைகளுக்குப் பெரிய விபத்துகள், அதிக மரணங்கள்தான் செய்தி. மனித சேதம் அவ்வளவு எளிமையாகிப் போனது(?) அந்த விபத்து வண்ண அட்டைப்படங்களோடு அடுத்த 3,4, இதழ்கள் வரை செய்திகளாக உருமாற்றப்படும். இவை தவிர

அவ்வப்போது வீரப்பன், ரஜினி இப்போது விஜயகாந்த் ஆகியோர்களை மையமாகக் கொண்ட செய்திகள் அட்டைப் படங்களாக்கப்படும். தமிழில் வெளியாகும் பல முக்கிய புலனாய்வு(?) இதழ்கள் அனைத்திலும் ஒரே செய்தி வெவ்வேறு மாதிரி எழுதப்பட்டிருக்கும் செய்தி மதிப்புகளினால் தங்களது விற்பனையைப் பெருக்க வேண்டிய இத்தகைய இதழ்கள் 'பாலியல் பிரச்சினைகளை – மருத்துவரின் பதில்களாக' மாற்றி, தங்களது புலனாய்வை சுவையான பண்டமாக முன்வைத்துக் கொண்டிருக்கின்றன. இவைகளே இதழியலின் இன்றைய போக்கு.

'சிரம் அறுத்தல் வேந்தனுக்கு பொழுது போக்கும் சிறிய கதை; நமக்கெல்லாம் உயிரின் வாதை' என்றார் கவிஞர் பாரதிதாசன். இப்போது இந்தப் பாடலில் 'வேந்தனுக்கு' என்ற வார்த்தைக்கு அருகில் 'ஊடகங்களுக்கும்' என்பதைச் சேர்த்துக் கொள்ளலாம் போல் தோன்றுகிறது.

பத்திரக்கோட்டை:
சொன்ன பொய்யும், சொல்லாத மெய்யும்
(தங்கர்பச்சானின் சினிமாவும் அரசியலும்)

I

சாதி நேரடியாகவும் குறிப்பான வடிவங்களோடும் அதன் நிறுவன பலத்தோடு இயங்குவது கிராமப்புறங்களில்தான். அதனால்தான் நவீன நிர்வாக முறைகளாலும் குலைத்துவிட முடியாத அதிகாரத்தினை கிராமப்புறங்களில் சாதி எனும் வடிவம் பெற்றிருக்கிறது. தமிழ்நாட்டில் பஞ்சாயத்துராஜ் சட்டத்தின் அடிப்படையில் 1996 முதல் இதுவரை 3 உள்ளாட்சித் தேர்தல்கள் நடந்துள்ளன. 'வரையறுக்கப்பட்ட' சாதி எல்லைகளைக் கடப்பதற்கான பகுதியளவிலான வாய்ப்பினை எட்டவிடாமல் தலித் மக்கள் இத்தருணங்களில் தடுக்கப்பட்டனர். தலித் மக்கள் மீது தமிழகத்தின் நாலாபுறமிருந்தும் ஆதிக்கச் சாதியினர் தாக்குதல்களைத் தொடுத்தனர். மேலவளவு, பாப்பாப்பட்டி, நக்கலமுத்தன் பட்டி போன்ற ஊர்களின் பெயர்கள் இவைகளுக்கான நாம் அறிய முடிந்த சான்றுகள். பாதிப்புகளின் அளவினாலும், போராட்டங்களினாலும் வெளியே தெரிந்த இந்தப் பிரச்சினைகளில் 'சில' பாப்பாப்பட்டி போல சரி செய்யப்பட்டன.

அரசியல் கட்சிகளின் செல்வாக்கு படர்ந்துள்ள ஊர்களிலும் நிலைமை மாறியிருக்கவில்லை. மாறாக அங்குள்ள கட்சிகளே தலித் மக்கள் மீதான சனநாயக மறுப்பிற்குத் தலைமை வகித்து விடும் எனில் இங்குள்ள கட்சிகளின் பாத்திரம் கிராமங்களில் என்னவாக அமைந்திருக்கின்றன என்பவை சொல்லித் தெரியவில்லை. அவ்வாறான சிக்கல் ஒன்றை இங்கே சுட்டிக்காட்டுவது பொருந்தும்.

கடலூர் மாவட்டம் பண்ருட்டியிலிருந்து 10 கி.மீ. தொலைவில் உள்ள கிராமம் ஒன்று. இக்கிராமத்தில் சுமார் 150 தலித் குடும்பங்களோடு பெரும்பான்மை வன்னியர் சாதி குடும்பங்களோடு சுமார் 2000 சாதி இந்து குடும்பங்களும் உள்ளன. 2006 உள்ளாட்சித் தேர்தலில் ஒன்றியக் குழு உறுப்பினர் பொறுப்பிற்கு புருஷோத்தமன் என்ற தலித் சமூகத்தவர் எந்தக் கட்சியையும் சாராமல் போட்டியிட்டார். போட்டியிலிருந்து விலகிக் கொள்ளுமாறு பாமக சார்பிலான வேட்பாளர் வன்னியர் சமூகத்தைச் சேர்ந்த குமார் என்பவர் அச்சுறுத்தியும் புருஷோத்தமன் தொடர்ந்து போட்டியிலிருந்தார்.

13.10.2006 அன்று வாக்குப்பதிவின்போது சாதி இந்துக்கள் சிலரின் வாக்குகளும் புருஷோத்தமனுக்குக் கிடைத்தன. உடனே அவருடைய தேர்தல் முகவர்கள் தாக்கப்பட்டதோடு அக்கிராமத்தின் சேரிப் பகுதியில் வீடுகளும் நொறுக்கப்பட்டன. இரண்டு மணிநேரத்திற்கும் மேலாக நடந்த இத்தாக்குதலில் வீடுகளில் இருந்த தொலைக்காட்சிப் பெட்டிகள், மிதி வண்டிகள் உள்ளிட்ட பொருட்கள் நாசமாக்கப்பட்டன. வரதராசு, மாயவன் ஆகிய இருவரின் வீடுகளும் கொளுத்தப்பட்டன. கிணற்றில் விஷம் கலக்கப்பட்டது. மழைக்காலம் தொடங்கிய நிலையில் அம்மக்களின் இந்த நிலையை அனுபவித்தால் மட்டுமே புரிந்து கொள்ள முடியும். தொடர்ச்சியாகச் சாதி இந்துக்களின் நிலங்களில் வேலை, பள்ளிக்கூடம், கடைகள் முதலான பலவும் மறுக்கப்பட்டு தலித் மக்கள் சமூகப் புறக்கணிப்பிற்கு ஆளாக்கப்பட்டனர். இத்தாக்குதலில் விடுதலைச் சிறுத்தைகள் இயக்க நிர்வாகிகளும் தாக்கப்பட்டதோடு அவர்கள் கட்சிக் கொடிக் கம்பமும் சாய்க்கப்பட்டது. பின்னர் இப்பிரச்சினைக்காக இந்த இயக்கம் மட்டுமே போராடியது. கடலூர் மாவட்ட ஆட்சியர் அலுவலகம் முன்பு நடந்த போராட்டத்தையும் இந்த இயக்கம் ஒருங்கிணைத்திருந்தது.

இத்தாக்குதலுக்கு உள்ளான கிராமத்தின் பெயர் பத்திரக்கோட்டை. இக்கிராமம் இரண்டு முறை தமிழ்த் திரைப்படத்தில் கதை சொல்லும் பின்னணிக்காகவும், பலமுறை தமிழ் ஊடகங்களில் ஒரு பெயராகவும் இடம்பெற்றிருக்கிறது. ஆனால், இத்தாக்குதலை ஒட்டிய காரணத்திற்காக அல்ல. பத்திரக்கோட்டை என்னும் இக்கிராமம் சார்ந்த, இழந்துபோன கடந்த கால பெருமித நினைவுகளை ஒட்டி இதே ஊரைச் சார்ந்த தங்கர்பச்சான் அழகி, ஒன்பது ரூபாய் நோட்டு ஆகிய இரண்டு படங்களை எடுத்துள்ளார்.

II

பத்திரக்கோட்டையில் வாழும் மாதவர் படையாச்சி என்னும் மனிதனின் வாழ்க்கையை நெகிழும் சம்பவக் கோர்வைகளோடு முன்வைக்கிறது ஒன்பது ரூபாய் நோட்டு என்னும் திரைப்படம். நிலம், நிலத்தில் விளையும் பயிர், உழைப்பு, குடும்பத்தினர், சாதிசனம் என்றெல்லாம் பிடிப்போடு வாழ்ந்த படையாச்சி சொந்த வாரிசுகளால் சம்பாத்யம் குறித்து கேள்விக் கேட்கப்படும் போது மான உணர்ச்சியோடு ஊரைவிட்டே மனைவியோடு வெளியேறுகிறார். தான் உதவி செய்ததால் உயர்வு பெற்ற இசுலாமிய நண்பர் மூலமாகப் புதிய குடியான வாழ்க்கையை அமைத்துக்கொள்ளும் அவர், மனைவியை இழந்தபின் சொந்த உறவு, நிலபுலன் குறித்த ஏக்கத்தோடும், குற்ற உணர்ச்சியோடும் ஊர் திரும்புகிறார். ஊரில் சொத்துகளையும், பழைய வீடுகளையும் இழந்த இழிந்த வாழ்நிலையிலுள்ள தன் வாரிசுகளின் நிலையைக் கண்டு வருந்தி அம்மண்ணிலேயே இறந்து போகிறார்.

கிராமத்து மனிதர்களின் பாசம், வீம்பு, இயலாமை, உறவுமுறை மாறிவரும் மதிப்பீடுகள் போன்ற இயல்புகளை அடிப்படையாகக் கொண்டு கதாபாத்திரங்கள் உருவாக்கப்பட்டுள்ளன. வழக்கமான தமிழ் சினிமாவின் கதாபாத்திர மாதிரிகளை மாற்றி அமைத்துவிட்ட விதத்தில் இப்படத்தைக் குறிப்பிட்டுச் சொல்லவேண்டும். தங்கர்பச்சான் படங்களில் வழக்கமாக இடம்பெறும் சிறுவர்களின் உலகம், பாத்திரங்களின் மிகை உணர்ச்சி போன்ற அம்சங்கள் கூடிய படமும் கூட. சிறுவர்களின் உலகைச் சித்திரிப்பதில் வெற்றி பெற்றாலும் எல்லாப் படங்களிலும் இதுவே தொடர்வதால் ஏற்படுவது சலிப்பு தான். அதேபோல மாதவர் படையாச்சி வீட்டைவிட்டு வெளியேறும் காரணம் அத்தனை வலுவோடு சித்திரிக்கப்படவில்லை. அவர் வீட்டைவிட்டு வெளியேறிய பின்னர் தான் இரங்கத்தக்க செண்டிமெண்ட்

கதையில் கூடுகிறது. வலுவான காரணங்களோடு பாத்திரங்களின் உணர்வுகள் இணைக்கப்படாததால் செயற்கைத் தன்மை ஏற்படுவதைத் தவிர்க்கமுடியவில்லை. இயக்குநரின் நோக்கத்திற்கேற்ப பார்வையாளர்களை அழவைப்பது நல்ல படைப்பாகாது. மாதவர் படையாச்சி வீட்டைவிட்டு வெளியேறுவதும், இறந்து போவதும் இந்த வகையில்தான் கதையில் இடம் பெற்றுள்ளது. எல்லோரும் ஏற்றுக்கொள்ள வாய்ப்புள்ள கதையில் பார்வையாளரைப் பிரதிக்குள் இழுக்க இயக்குநர் கையாளுவது மிகை வெளிப்பாடுகளே. கதை ஒருபுறமிருந்தாலும் கதைக்குள் இடம் பெறும் பாத்திரங்களைச் சித்திரிப்பதிலும் இப்பிரச்சினை தொடர்ச்சியாகவே தங்கர்பச்சானிடம் இருந்து வருகின்றன.

இக்கட்டுரையின் முதற்பகுதியில் காட்டப்பட்டுள்ள பத்திரக்கோட்டை தான் இப்படத்தின் கதைகளமாகச் சொல்லப்படுகிறது. உண்மையான பத்திரக்கோட்டைக்கும் படம் புனையும் பத்திரகோட்டைக்கும் உள்ள இடைவெளி நிரப்பப்பட முடியாததாக உள்ளது. இப்படத்தில் 'மான உணர்வில்' ஊரைவிட்டு வெளியேறியதால் சொத்தையும், உறவினர்களையும் இழந்து தவிர்த்திடும் கதாபாத்திரத்தின் சமூகக் குழுவினரால் அழிக்கப்பட்ட ஒடுக்கப்பட்ட மக்களையே நிஜத்தில் பார்க்கிறோம். ஆனால், வன்முறையை ஏவும் படையாச்சி எனும் வகுப்பினரின் இழப்பை, தவிப்பை இப்படம் நெஞ்சுருகச் சொல்லுகிறது. தமிழ்க் கிராமிய சினிமாக்களின் ஒட்டுமொத்த பிரச்சினை இது. தமிழ் சினிமாவில் தமிழ்க் கிராமம் முழுமையான அளவில் சித்திரிக்கப்பட்டதே இல்லை. பல்வேறு வகுப்பினரிடையே நெருக்கமாக வாழும் தலித் சாதியினரின் இருப்பு ஏதோ ஒருவகையில் இல்லாமல் செய்யப்பட்டு வருகிறது. ஆனால், அப்படியான முரணை ஒருவகையில் பதிவு செய்த இந்திரா படம் முக்கியமான பிரதியாகும். இருந்தும் இப்படத்தின் வேறுசில பிரச்சினைகளைக் காட்டி 'நம்' விமர்சகர்களால் நிராகரிக்கப்பட்டு விட்டது. வேறெந்த படங்களை விடவும் மண்மணம், கிராமியம், மரபு சார்ந்து உருவாக்கப்படும் படங்கள் சாதியம் எனும் 'சவாலை' சந்தித்தே தீர வேண்டும். ஆனால், பெரும்பான்மையினரின் சாதி வன்முறைக்குப் பயந்தோ, சொந்த சாதி இருப்புக்கு இணங்கியோ தமிழ் இயக்குநர்கள் இச்சவாலை எதிர்கொள்ளும் துணிச்சலை இழக்கின்றனர். அப்படியான தருணத்தில் தான் தமிழ் சினிமா ஆதிக்கச் சாதி பிரதியாகவே தேங்கிப்போய்விடுகிறது. அத்தகைய பொருளில் ஒன்பது ரூபாய் நோட்டு படத்தையும் நாம் நிறுத்திப் பார்க்க வேண்டும்.

தங்கர்பச்சான் எழுதிய நாவலின் திரைப்பிரதி தான் இப்படம். அந்த வகையில் தான் வாழ்ந்த, சந்தித்த வாழ்க்கையையே முன்வைக்கிறார். இதே போன்ற வாழ்வு தமிழ்ச் சமூகத்தின் பல்வேறு சாதிகளிலும் உண்டென்ற போதிலும் அதனைத் தான் சார்ந்த வன்னியர் சாதி வாழ்க்கையாகச் சொல்ல இயக்குநர் ஆசைப்பட்டிருக்கிறார். படம் முழுவதும் பேச்சிலும், நடவடிக்கையிலும், செத்த பிணம் கிடத்தும் பலகையிலும், எழுத்திலும் மாதவரை படையாச்சியாகவே காட்டிவிட பெரும் முயற்சி செய்கிறார் இயக்குநர். அதுதான் எதார்த்தம் என்று எண்ணிவிட்டார் போலும்.

குறிப்பிட்ட சமூக மக்களின் வாழ்வைச் சொல்லுவதாக இப்படத்தினைக் கொண்டாலும் சாதி சார்ந்த அம்சங்களை இப்படம் விமர்சிக்கிறதா? ஏற்கிறதா? என்று அணுகுவது அவசியம். அந்த வகையில் இப்படம் முன்வைக்கும் வாழ்நிலை, காட்சியமைப்பு, குறியீடு, அரசியல் போன்றவற்றைக் கொண்டு கூட்டிப் பார்க்கும் போது சாதியடையாளத்தினை விமர்சனத்திற்கு அப்பால் நிறுத்தி, மக்களின் சிதைவையும், சாதியின் சிதைவையும் ஒன்றாக்கிக் காட்டி வருத்தப்படுகிறது.

பத்திரகோட்டையில் உள்ளாட்சித் தேர்தல் (2006) வன்முறை நடப்பதற்கு முன்பே இந்நாவல் எழுதப்பட்டுவிட்டது. நாவல் எழுதப்படும் முன்பு சாதிப்பாகுபாடுகளோ, அது சார்ந்த வன்முறைகளோ இல்லாமல் இருந்தது என்று சொல்லிவிட முடியாது. கடலூர் மாவட்டத்தின் சமவெளிப் பகுதிகளைக் காட்டிலும் இப்படம் காட்டும் முந்திரிக்காட்டுப் பகுதிகளில்தான் ஒடுக்கப்பட்ட மக்கள் மீது கொடூர கொலைகளும், பாலியல் வன்முறைகளும் நடந்திருக்கின்றன. தங்கர்பச்சானுடைய கிராமத்தில் அல்லது அவர் போன்றோர் முன்வைக்கும் கிராமங்களில் இருப்பதாகச் 'சொல்லும்' பிரச்சினைகள் மட்டுமே இருப்பதில்லையே! பல்வேறு பிரச்சினைகளைப் போலவே சாதி முரணும் கிராம மனிதர்களின் பிரதான சிக்கலாகவே இருந்து வருகின்றன. பல கிராமங்களிலும் சாதி அடையாளத்திற்கு எதிராக தலித் மக்கள் போராடி வருகின்றனர். பறை அடிக்க மறுப்பு, ஆண்டை வீட்டில் சோறு வாங்க மறுப்பு என்று போராட்ட காரணங்கள் ஏராளம். ஆனால், ஆதிக்கப் பிரதிகளில் இந்த அம்சங்கள் எவ்வித விமர்சனங்களும் இல்லாமல் பதிவாகி வருகின்றன. தேவர் மகன் படத்திலும் கூட கிராம மனிதர்களின் முரட்டுத்தனத்தைச் சொல்ல பங்காளி முரணையே பயன்படுத்தி இருக்கின்றனர். ஒன்பது ரூபாய் நோட்டு படத்தைப் பொறுத்தவரையில் குறிப்பிட்ட சமூக மக்களின் வாழ்வைச் சொல்வதோடு மட்டும் நின்று

கொள்ளவில்லை. இச்சமூக மக்களின் வாழ்வை அரசியல்படுத்துவதிலும், நிகழ்கால சாதிசார்ந்த அதிகார மையங்களோடு இணைப்பதிலும்தான் பிரச்சினை இருக்கிறது.

ஒன்பது ரூபாய் நோட்டு படத்தின் விளம்பரம் நாளேடுகளிலும், சுவரொட்டிகளிலும் வெளியானபோது, "தொடங்கிவிட்டது மாதவர் படையாச்சியின் பயணம்; உலகத்தமிழர்களை ஒருங்கிணைக்க வருகிறார் மாதவர் படையாச்சி" என்னும் வாசகங்கள் இடம்பெற்றிருந்தன. சாதிகளாய் கிடக்கும் தமிழர்களை ஒருங்கிணைக்க படையாச்சி என்னும் சாதி அடையாளத்தை முன்வைக்கும் முழக்கம் இது. தமிழ் அடையாளத்தை முன்வைக்கும் அதேவேளையில் சாதி அடையாளத்தையும் இறுகப் பற்றிக்கொள்ளும் நோக்கமும் இதுவாகும். இவ்விரண்டு அடையாளத்தின் மூலமும் அதிகாரத்தை ஒருசேர நிறுவிக் கொள்ளும் தந்திரமான போக்கு என்றும் இதனைக் குறிப்பிடலாம். சாதி அடையாளத்தைக் கடப்பதற்காகவே தமிழன் என்னும் அடையாளத்தை முன்னெடுத்த அயோத்திதாசர் வழிப்பட்ட ஒடுக்கப்பட்டோரின் வழிமுறை ஒருபுறமிருக்க / சாதி அடையாளம், தமிழ் அடையாளம் ஆகிய இரண்டில் எதையும் விட்டுத்தராத மறைமலையடிகள் வழிப்பட்ட ஆதிக்கச் சாதி மரபை இங்கு பச்சான் உள்ளிட்டோர் வெளிப்படுத்துகின்றனர். வெளிப்படையான இந்த விளம்பரங்கள் சுயசாதியினரையே ஒன்று திரட்டப் பயன்படும். இத்தகைய அரசியலை தங்கர்பச்சான் அறியாதவரல்ல என்பதுதான் இங்கு குறிப்பிட வேண்டிய விசயமாகும்.

தமிழ் சினிமாவின் சாதித் திமிர் கொண்ட அம்சங்களுக்கு எதிரான தலித் மக்களின் போராட்டம் நெடியது. நந்தன், அரிச்சந்திரன் போன்ற படங்களின் சாதி, இழிவு கொண்ட சித்திரிப்புகளுக்கு எதிரான போராட்டம் தொடங்கி சண்டியர் எதிர்ப்பு வரையிலும் இவ்வாறு சொல்லலாம். ஏற்கெனவே மறுமலர்ச்சி என்ற படத்திற்கு ராசு படையாச்சி என்று பெயர் சூட்டப்பட்டதும் அப்படத்தில் பறையடிக்கும் காட்சி காட்டப்பட்டதும் கடலூர் மாவட்ட தலித் மக்களின் எதிர்ப்புக்கு இலக்காகி படத்தின் தலைப்பு மாற்றப்பட்டதோடு பறையடிக்கும் காட்சியும் நீக்கப்பட்டது. அப்படத்தின் ஒளிப்பதிவாளர் தங்கர் பச்சான் தான் என்பதும், கடலூர் மாவட்டம் தான் அவரின் சொந்த மாவட்டம் என்பதும் கவனிக்க வேண்டிய செய்தியாகும்.

இப்பிரதிக்குள்ளேயே இதேபோன்ற பல பிரச்சினைகள் இருப்பதை யாரும் கவனிக்கலாம். நாஞ்சில் நாடனின் நாவலான சொல்ல மறந்த கதை படத்தில், நாவலில் இல்லாத பாத்திரமாக பாமக எம்.பி.யை புதிதாக உருவாக்கி பூஜித்த இவர் ஒன்பது ரூபாய் நோட்டு நாவலில் இல்லாத காட்சியாக சிலவற்றை இப்படத்திலும் காட்டுகிறார். கடைசி முறையாக ஊருக்குத் திரும்பி வரும் மாதவரிடம் கதாபாத்திரமொன்று அப்பகுதியிலேயே பெரிய கட்சியாக பாமக கொடியைக் காட்டிக் கூறுவது, அக்கட்சிக் கொடி கட்டிய காரிலேயே மாதவரின் பேரன் வந்திறங்குவது, வன்னியர் சங்க இடஒதுக்கீட்டுப் போராட்ட துப்பாக்கிச் சூடு குறித்த உரையாடல் என்று படம் முழுவதிலும் சாதியோடும், சாதியைப் பிரதிநிதித்துவப்படுத்தும் கட்சியோடும் இணைத்தே அடையாளப்படுத்துகின்றார். கதையோடு எவ்விதத்திலும் தொடர்பில்லாத இக்காட்சிகளைக் காட்டித்தான் ஆக வேண்டுமென்ற அவசியமில்லை. பிரதிக்கு வெளியேயான சாதிக்கான நியாயத்தைப் பிரதிக்குள்ளேயே கட்டமைக்க முயற்சிக்கிறது இப்படம். படத்தில் மாதவர் தாம் சம்பாதிப்பதை உறவினர்களுக்கு 'நேரடியாக' கொடுக்காவிட்டாலும் பிறருக்குக் கொடுத்து வாழும் மனிதர், சிறு சுடுசொல்லையும் பொறுத்துக் கொள்ளாத ரோஷக்காரர், தன் ரத்த வழி வாரிசுகளின் கசங்கிப் போன வாழ்வைக் கண்டு பொறுக்காமல் இறந்து போகிறார். இந்த அம்சங்களைக் கிராமத்து மனிதனின் வாழ்வாகச் சொல்லுவதைக் காட்டிலும் படையாச்சி வாழ்வாகச்சொல்ல விரும்புகிறது இப்பிரதி. இவ்வாறு இணைத்துச் சொல்வது பிரதியோடு கூடிய காரணமில்லை. ஆனால், சாதி அடையாளம் பிரதிக்கு வெளியே பலவித அர்த்தங்களை உருவாக்குகிறது. அது வெளிப்படையான அரசியல் அர்த்தம்தான். அதுவும் இயக்குநரே திட்டமிட்டு உருவாக்கும் அர்த்தம் என்பதே கவனிக்க வேண்டிய செய்தியாகும்.

இச்சூழலில் தங்கர்பச்சானின் எல்லாப் படங்களிலும் சாதிகளை எவ்வாறு பதிவு செய்து வருகிறார் என்று அலசுவது இதனைப் புரிந்து கொள்ள மேலும் பயன்படும். சாதி முரண்களைப் பதிவு செய்யும்போது கூர்மையற்ற முரண்களாகவே முன்வைக்கும் இவர் படைப்புகளில் இரங்கத்தக்க சாதியாக வன்னியர்களையும் அவர்களுக்கு மேலான சாதியாக முதலியார் போன்ற சாதியினரையும் ஆங்காங்கு சொல்லிச் சென்று விடுகிறார். அதோடு வன்னியர்களுக்கு அடுத்த சாதியினரைக் காட்ட நேர்ந்தால் ஆசாரி, குயவர் (பள்ளிக்கூடம்), துணிவெளுப்பவர்

(ஒன்பது ரூபாய் நோட்டு) போன்ற உழைக்கும் சிறுபான்மை சாதிகளையே காட்டிச் சென்றுவிடுகிறார். ஆனால், நெருக்கமாக வாழ்ந்துகொண்டு ஆதிக்க வகுப்பினர்களுக்கு எதிராகப் போராடும் தலித் சாதியினரைச் சொல்லுவதில்லை. அவ்வாறு சொல்ல நேர்ந்தால் ஆதிக்க வகுப்பினரின் இழப்பைப் பேசுவது ஒன்றுமில்லாமல் போய் விடும் என்ற சிக்கல் வருமல்லவா? ஒன்பது ரூபாய் நோட்டு படத்தில் படையாச்சி வீட்டுப் பெண்ணைக் காதலிக்கும் வேலையாளான தண்டபாணி என்ற பாத்திரம் தலித்தாக இருந்திருக்க வேண்டிய பாத்திரம். இதுபோன்ற வாய்ப்பினையும் 'சாதித் துரோகம்' செய்யாமல் தவிர்த்திருக்கிறார் இயக்குநர்.

அதேவேளையில் தலித் மக்கள் குறித்த சில பதிவுகளும் இவரின் படங்களில் உண்டு. பள்ளிக்கூடம் படத்தில் பஞ்சமி நிலம் வேண்டி நடத்தப்படும் போராட்டத்தை இந்த வகையில் சொல்ல முடியும். ஆனால், பஞ்சமி நிலத்தை யாரிடமிருந்து யார் மீட்க வேண்டும்? யாருக்காக? போன்ற அம்சங்கள் சொல்லப்படவில்லை. கதையோடு நேரடித் தொடர்பில்லாத துண்டான இக்காட்சியில் சொல்லப்படும் தலித் மக்களின் பஞ்சமர் நிலங்கள் வன்னியர் உள்ளிட்ட ஆதிக்கச் சாதியினரால்தான் பறிக்கப்பட்டுள்ளன என்னும் உண்மையைப் பேசும் நேர்மையும், துணிச்சலும் தங்கர்பச்சான் உள்ளிட்ட தமிழ் இயக்குநர்களுக்கு உண்டா? என்பதே கேள்வி. அதேபோல பள்ளிக்கூடம் படத்தில் மாவட்ட ஆட்சியரின் உரையாடல் ஒன்று "இதுநாள் வரை சண்டை போட்டுக் கொண்டிருந்த ரெண்டு சாதியாரும் இப்போ ஒண்ணாயிட்டாங்க" என்பதாக வருகிறது. எங்கு எப்பொழுது இவ்வாறு நடந்தது என்றுதான் தெரியவில்லை. ஒருவேளை தங்கர் பச்சான் தொடர்ந்து சொல்லி வரும் பத்திரக்கோட்டை போன்ற கிராமங்களை இவ்வாறு சொல்கிறாரென்றால் அது பொய்யாகும் என்பதோடு இதுபோன்ற படங்கள் முரணை மறைக்கவே முயற்சிக்கின்றன என்றே கருதும் வகையில் எதார்த்தத்தில் பத்திரகோட்டை கிராமம் விளங்குகிறது.

குறிப்பிட்ட பகுதிகளைக் களனாகக் கொண்டு எடுக்கப்படும் இப்படங்களில் இயக்குநர் முன்வைக்கும் குறியீடுகள் தன் சொந்த சாதியினரையும் உறவினரையும் மீறுகிறவை அல்ல. ஆனால், இக்குறியீடுகளுக்குச் சொந்தமானவர்களால் நடத்தப்படும் வன்முறைகளையோ, அதனால் பாதிக்கப்பட்டுத் தவிப்போரின் வாழ்நிலையையோ மண்ணின் எதார்த்தமாக இந்த வகையான படங்கள் சொல்லியதே இல்லை. ஒருவகையில் இவர்கள் காட்டும் கிராமம் பொய்யானது என்றால் மறுவகையில் ஆதிக்கச் சாதி

சார்புடையதாகும். ஊரும் சேரியும் உள்ள எல்லாக் கிராமங்களும் பத்திரகோட்டைகளே. முரணைக் காட்டாதது மட்டுமல்ல அதனை மறைக்கவே நம் சாதி இயக்குநர்கள் முயற்சிக்கிறார்கள்.

தங்கர் பச்சான் பல்வேறு நேர்காணல்களிலும், பேச்சிலும் பலமுறை "தமிழ் வாழ்வு என்று தென்தமிழகம் மட்டுமே பாரதிராஜா போன்றோரால் சினிமாவில் சொல்லப்பட்டு வந்துள்ளன. ஆனால், வடதமிழகம் சொல்லப்படவில்லை. அதனைச் சொல்லுவதே என் நோக்கம்" என்னும் பொருள்பட சொல்லி வந்தார். ஆனால், தெற்கே தேவர் சாதியைக் காட்டியவர் பாரதிராஜா என்றால் வடக்கே வன்னியர் சாதியைக் காட்டுவேன் என்பதுதான் தங்கர் பச்சானின் இக்கூற்றுக்குச் சொல்லப்படாத அர்த்தம் போல. சத்யராஜ் அங்கே பாலுத்தேவர் (வேதம் புதிது) என்றால் இங்கே மாதவர் படையாச்சி. வட்டார வழக்கு என்பதே சாதி வழக்குதான் என்பதைப் போல, கரிசல்மண், மதுரை மண் என்றெல்லாம் இலக்கியத்திலும் திரைப்படத்திலும் காட்டப்பட்டவை ஆதிக்கச் சாதி மரபுகள்தாம். ஆனால், இந்த மண்சார்ந்த கூறுகளில் இலக்கியமோ, சினிமாவோ வெளிப்பட்ட போதெல்லாம், தாம் சித்திரித்த எடுத்துக் கொண்ட பரப்பில் வெளிப்படுத்திய நுட்பம், ஸ்தூலமான எதார்த்தம், வெளிப்படைத் தன்மை (பாரதிராஜா, பாலாஜி சக்திவேல்) இவை எதுவும் தங்கர்பச்சானின் படங்களிலோ, பிரதிகளிலோ இல்லை.

III

தங்கர் பச்சானின் படைப்புகள் மீது இவ்வகையான பார்வையைச் செலுத்துவது இலக்கியமும், சினிமாவும் சார்ந்த பிரச்சினை மட்டுமல்ல. நிகழ்கால அரசியல் நிகழ்வுகளின் மீதான பார்வையாகவும் மாற்றமடைகின்றன என்பதுதான் குறிப்பிட்டுச் சொல்ல வேண்டிய அம்சமாகும். அதனைச் சுட்டிக் காட்டும்போதுதான் மேற்கண்ட விமர்சனங்களையும், உள்ளாட்சித் தேர்தல் தொடர்பான பத்திரகோட்டை வன்முறையையும் புரிந்துகொள்ள முடியும்.

தங்கர் பச்சான் படம் எடுப்பதோடு மட்டும் தன் நடவடிக்கைகளை நிறுத்திக் கொள்கிறவர் அல்ல. தமிழ்ச் சமூகத்தின் அரசியல், கலாச்சாரம், மக்களின் வாழ்நிலை குறித்தெல்லாம் கருத்துக் கூறுவதோடு அவை தொடர்பான நடவடிக்கைகளிலும் ஈடுபாடு காட்டுபவராகவும் இருக்கிறார். இத்தகைய ஈடுபாடு இருப்பதாலேயே இதேபோன்ற செயலூக்கம்

இல்லாதவர்களைக் கண்டிப்பதற்கான 'மேலான' உரிமை தனக்கிருப்பதாகவும் நடந்து கொள்கிறார். அவர் மேடைகளிலும், நேர்காணல்களிலும் சொல்லும் கருத்துகளைச் சினிமாவிலும் சொல்லிவிட எத்தனிப்பவர். சொல்ல மறந்த கதையின் கேழ்வரகு கூழ், தென்றல் படத்தின் தமிழ்வழி வழிபாடு, பறை இசை, காவேரி பிரச்சினை, பள்ளிக்கூடம் படத்தின் ஈழ அகதிகள் என்று இவருடைய தொடர்ச்சியான சித்திரிப்புக்களை இவ்வகையில் சான்றுகளாகச் சொல்லலாம். இதையெல்லாம் கடந்து வடபகுதி சார்ந்த ஒடுக்குமுறையின் அரசியல் பிரதிநிதியான பாமகவும், ஒடுக்கப்பட்டோருக்கான அரசியல் பிரதிநிதியான விடுதலைச் சிறுத்தைகளும் இணைந்து செயற்பட்ட தமிழ் பாதுகாப்பு இயக்க மேடைகளில் வலம் வந்ததோடு தனித்தனியே இரண்டு கட்சி மேடைகளிலும் காட்சியளித்தவர்.

சாதி அடையாளத்தினை தமிழ் என்னும் அடையாளத்தினால் கடந்து விட முடியும் என்பது இந்த இயக்கத்தின் நம்பிக்கை. அப்படியான நம்பிக்கையினை நாம் தவறென்று சொல்ல முடியாது. ஆனால், தமிழ் அடையாளத்தினுள் இடம்பெற்ற இரண்டு வெவ்வேறு சமூகக் குழுவினரும் இந்நம்பிக்கைக்கு எந்தளவு நேர்மையாக இருந்தனர்? என்னும் கேள்வி இங்கு முக்கியமானது. ஒடுக்கப்பட்ட சமூகத்தினர் எதன் பெயரிலாவது சாதியைக் கடக்கவே விரும்புவர் என்பது சொல்லித் தெரிய வேண்டியதில்லை. ஆனால், இரண்டு குழுவினரும் இணைந்து செயற்படும் இத்தளத்தில் ஆதிக்கச் சாதியினருக்கே பொறுப்பு அதிகம். சாதியைப் பாதுகாத்து செயற்படுத்தி வரும் ஆதிக்கச் சாதியினரின் பிரதிநிதிகளே சாதி எனும் நோய்க் கூறுக்கு எதிராகப் போராட வேண்டும். அதுவே சொல்லப்படும் அரசியல் நம்பிக்கைக்கு உகந்ததாய் இருக்க முடியும். சாதி ஒழிப்பு குறித்த அம்பேத்கரின் நிபந்தனையும் கூட இதுதான்.

பிற இயக்கங்களும், தலித் இயக்கங்களும் பொது அடையாளத்தின் கீழ் இணைந்து செயலாற்றியபோது கடந்த காலங்களின் அனுபவங்கள் வேறுவிதமானது. பெரும்பாலும் இத்தகு பொது அடையாளங்களைச் சாதி முகத்தினை மறைத்துக் கொள்ளவே இதுவரையிலும் ஆதிக்கச் சாதியினர் பயன்படுத்தி வந்துள்ளனர். சில சமயங்களில் மட்டுமே பிரதிநிதித்துவப்படுத்தப்படும் சாதிகளிடையேயான இயல்பான முரண்பாடு தலைதூக்கும்போது பொது அடையாளத்தில் செயற்பட்ட ஆதிக்கச் சாதியினர் மௌனமாக இருப்பதன் மூலமாகவோ, நேரடியாகச் சொந்த சாதியினருக்கு ஆதரவாகப் பேசுவதன் மூலமாகவோ நேர்மறையாகவும்,

எதிர்மறையாகவும் ஒடுக்கப்பட்ட மக்களுக்கு எதிராகவே நின்றுள்ளனர். திராவிடன், தமிழன் போன்ற பொது அடையாளங்கள் இவ்வாறுதான் கடந்த காலங்களில் பயன்படுத்தப்பட்டுள்ள. பல ஆண்டுகளைக் கடந்து பார்க்கிறபோது இவை பழைய அனுபவங்களாகவே நின்றிருக்க வேண்டும். ஆனால், சாதி வன்முறைகளும், சாதிக்கு ஆதரவான பாமக போன்ற கட்சியினரின் நடவடிக்கைகளும் தொடர்கின்றன. கடந்த ஒரு வருடக்கணக்கெனக் கொண்டாலும் கடலூர் மாவட்டத்தில் மட்டும் பத்துக்கும் நெருக்கமானோர் இறந்திருப்பதும், பல கிராமங்களில் தாக்குதலும் நடந்துள்ளன. அப்படியான ஊர்களில் ஒன்றுதான் பத்திரகோட்டை.

தங்கர் பச்சான் போன்ற சில தமிழபிமான சினிமாக்காரர்களின் சினிமாவும், சினிமா அல்லாத அரசியல் நடவடிக்கைகளும் வெவ்வேறானதாக இருப்பதில்லை. அப்படி இருந்தாக வேண்டும் என்று நாம் வற்புறுத்தவும் இல்லை. ஆனால், இந்த அம்சங்களுக்கு இவர்கள் எந்தளவுக்கு நேர்மையாக இருக்கிறார்கள் என்று கேட்டுப் பார்ப்பது அவசியம். இவர்களால் அப்படி நேர்மையாக இருக்க முடிவதில்லை என்பதையே பத்திரகோட்டை சம்பவமும், அங்கு எட்டியும் பார்த்து விடாத சாதி இயக்குநர்களின் நடவடிக்கைகளும் காட்டுகின்றன. ஒடுக்கப்பட்ட சமூகத்தின் மீதான வன்முறையின் போது வராத தங்கர் பச்சான் தொடர்ந்து ஊர்ப்பெருமை பேசுவதையும், சொந்த உறவினர் பெருமையை குமுதம் இதழில் (31.10.2007) பேசிதையும் இணைத்துப் பார்க்க வேண்டியுள்ளது. சுயசாதி சார்ந்த சித்திரிப்புகளும், ஒடுக்கப்பட்டோர் மீதான மௌனங்களும் பெரும்பான்மை சாதியினருக்கு சாதகமானவை என்பதை விளக்க கோட்பாடுகள் தேவையில்லை. ஆனால், தமிழன் என்னும் அடையாளத்தைப் பேசிக் கொண்டே சுயசாதி அதிகாரத்தை விஸ்திரப்படுத்திக் கொள்வதும், ஒடுக்கப்பட்ட மக்களின் போராட்டங்கள் எல்லா வகையிலும் இல்லாமல் செய்வதும் மீண்டுமொருமுறை இங்கே முன்னெழுகிறது என்பதே நாம் அறிய வேண்டிய செய்தி. அரசியலோடு தொடர்பற்றவர்களின் பிரதிகளைக் காட்டிலும் இவர் போன்றோரின் பிரதிகள் ஆபத்தானவையாகும். இதில் படைப்புச் சார்ந்தப் பிரச்சினைகளை விட, படைப்பாளர்களின் அரசியல் பிரச்சினைகள் இருப்பதால் இவைகளை ஆராய்வது அவசியமானதாகும்.

தமிழ் அடையாள அரசியல் பேசும் தங்கர்பச்சானும், அவர் போன்ற கருத்தாளர்கள் பலரும் சாதிமுரணையே பேசாமல் விடுவதன் மூலம் 'ஒற்றுமை' மலரும் என்று கருதுவதாகத் தெரிகிறது. ஆனால், உண்மை

அதுவல்ல. சாதிப் பிரச்சினைகளைப் பற்றிப் பேசாமல் அதனை எதிர்த்துக் களமிறங்காமல், தாம் செயற்படும் சினிமா போன்ற தளங்களில் பேசாமல், அதனைப் பாதுகாப்பவர்களோடு சண்டையிடாமல் அதனைக் கடக்க முடியாது. திரைப்படக் கல்லூரிக் காலத்திலேயே தன்னைச் சாதியின் பெயரால் VKS அதாவது வன்னிய குல சத்திரியர் என்று அழைப்பதையே பெருமையாகக் கருதியதோடு (நன்றி: Coffee with Anuவில் யூகிசேது) சாதியைப் பாதுகாத்து வரும் உறவினர்களை எண்ணி உருகும் தங்கர் பச்சான் போன்றோரால் அந்த உறவினர்களால் சொல்லப்படும் தலித்துகளைப் பற்றி எப்படிப் பேச முடியும்? இந்த இடத்தில் தமிழர் என்னும் அடையாளத்தின் நிலை என்ன? இக்கேள்விகள் தங்கர்பச்சானுக்கு மட்டுமில்லை. அவரால் முன்மொழியப்படும் அரசியல் கட்சிக்கும், படைப்பாளிகளுக்கும்தான். தங்கர் பச்சானின் சினிமாவில் மட்டுமல்ல அரசியலிலும் வெளிப்படுவது போலித்தனமும், பாசாங்குத்தனமும்தான்.

- காலச்சுவடு, பிப் - 2008.